Anguko la Kisayansi la Uislamu

Makosa Makubwa ya Qur'an: Jinsi Geosentrizimu ya Kiislamu Inavyothibitisha Ukristo Kuwa Sahihi

Dr. Maxwell Shimba

Shimba Publishing, LLC.

Shimba Theological Institute

Jedwali La Yaliyomo

Qur'an 2:258 – Changamoto ya Ibrahimu: Allah Analeta Jua Kutoka Mashariki, Basi Lilete Kutoka Magharibi!

KWA NINI ALLAH ALISHINDWA KUKUBALIANA NA CHANGAMOTO YA IBRAHIMU?

Qur'an 18:83-90 – Jua Linazama Kwenye Chemuchemu ya Matope na Linachomoza Kwa Watu Wasio na Makazi

ALLAH ANAVYOSEMA KUHUSU UUMBAJI WA MBINGU SABA

Mzunguko wa Kawaida wa Jua

JUA NA UPIMAJI WA MUDA

USIKU UNAVYOFUNIKA NA MCHANA UNAVYONG'AA

QUR'AN 39:5 – JE, INATHIBITISHA HELIOSENTRIZIMU?

HOJA YA UFAHAMU WA MILELE WA QUR'AN

Mamalaka Za Kiislamu Kuhusu Geosentizimu

HADITHI ZA KIISLAMU ZINAZOENDELEZA DHANA YA GEOSENTRIZIMU

WANAFASIRI WA KIISLAMU WA KALE NA GEOSENTRIZIMU

WANASAYANSI WA KIISLAMU WA ZAMANI NA WA SASA KUHUSU GEOSENTRIZIMU

Kwanini Geosentrizimu Ya Uislamu ni Sababu Ya Kufuata Heliosentrizimu Ya Kikristo

UTANGULIZI

Geosentrizimu na Qur'an

Qur'an inataja mara kadhaa kuhusu mwendo wa jua na mwezi. Inaeleza kuwa vinatembea katika njia ya mviringo au duara kwa kutumia neno "fee falakin" (فِى فَلَكٍ), ambalo linaweza kumaanisha obiti, nyanja, au mzunguko. Hata hivyo, Qur'an haielezi popote kuwa Dunia nayo inasonga au kuzunguka. Ukimya huu kuhusu mwendo wa Dunia unalingana na mtazamo wa geosentrizimu (dunia kuwa kitovu cha ulimwengu) ambao ulikuwa ukikubalika kabla ya karne ya 16. Ilikuwa ni kazi ya Nicolaus Copernicus iliyosaidia kufafanua na kueneza mtazamo wa heliosentrizimu (jua kuwa kitovu cha mfumo wa sayari), jambo lililobadilisha kabisa uelewa wa wanadamu kuhusu ulimwengu.

Katika Qur'an, mwendo wa jua karibu kila wakati unatambuliwa kwa muktadha wa mchana na usiku, isipokuwa katika aya ya Surah Ar-Ra'd (Qur'an 13:2). Pia, mwendo wa jua mara nyingi unaunganishwa na ule wa mwezi. Tofauti na jua, mwezi kwa hakika huzunguka Dunia kila mwezi na kwa macho ya kawaida, huonekana ukivuka anga kila usiku unapoweza kuonekana. Qur'an inawasilisha mwendo huu wa vyombo vya angani kama ishara kwa wanadamu.

Aidha, katika aya nyingine, mwezi umeelezwa kama unaufuata jua, huku ikielezwa kuwa jua haliwezi kulipita au kulishinda mwezi. Hata hivyo, katika Siku ya Mwisho, jua na mwezi vitaunganishwa, ishara ya mabadiliko makubwa ya kozmolojia katika kipindi cha mwisho wa dunia.

Maelezo haya yanalingana na uelewa wa zamani wa astronomia, ambapo ilidhaniwa kuwa Dunia imetulia katikati huku jua na mwezi vikizunguka. Kwa hivyo, Qur'an inaelekea kufuata mtazamo wa geosentrizimu zaidi kuliko ule wa heliosentrizimu ulioanzishwa kupitia ugunduzi wa kisayansi wa baadaye.

Usuli (Background)

Katika Kosmolojia ya Kiislamu

Qur'an inasema kuwa jua na mwezi vinazunguka au kuelea katika njia ya mzunguko, nyanja ya angani, au kwa uwezekano mkubwa, katika nusu-duara (falak katika Kiarabu). Inaonekana kuwa Allah analeta jua kutoka mashariki, ambalo hupaa juu ya Dunia, na baada ya machweo, huenda mahali pa kupumzika. Yote haya yanatokea katika mfumo wa ulimwengu ambapo Dunia imetandazwa (au kulainishwa) na juu yake kuna mbingu saba zilizojengwa bila nguzo zinazoonekana.

Hii inadhihirisha mtazamo wa Qur'an kuhusu mpangilio wa ulimwengu, ambapo vyombo vya angani vinapangwa katika mfumo wa kimungu, unaohusiana kwa karibu na maelezo ya Biblia na fasihi za Wamisopotamia, badala ya nadharia za baadaye za astronomia za Kigiriki au Kiptolemaiki.

Usuli wa Kihistoria

Geosentrizimu ni dhana kwamba Dunia ndiyo kitovu kisichohamishika cha ulimwengu, na kwamba vyombo vyote vya angani vinazunguka kuizunguka. Wagiriki wa kale na Wazungu wa zama za kati waliamini kuwa miili ya angani, kama vile jua, mwezi, na sayari tano zinazoonekana, zilikuwa zikizunguka katika nyanja za kimungu kuizunguka Dunia ya mviringo. Hii ilikuwa nadharia ya Ptolemy (aliyefariki mwaka 170 BK), ambaye aliheshimiwa na wanaastronomia wa Kiislamu kuanzia karne ya 9 BK. Hata hivyo, maandiko ya Kiislamu yaliyoonyesha shaka juu ya nadharia yake yalianza kuonekana mara kwa mara kuanzia karne ya 10.

Pamoja na kuwa Aristarchus wa Samos alikuwa mmoja wa wachache waliopinga mtazamo huu, heliosentrizimu (dhana kwamba jua ndilo kitovu cha mfumo wa sayari) haikupata uungwaji mkono mkubwa hadi kazi ya Nicolaus Copernicus katika karne ya 16.

Geosentrizimu ni tofauti na dhana ya kwamba Dunia ni tambarare. Ingawa wale wanaoamini kuwa Dunia ni kitovu cha ulimwengu hawaamini daima kwamba Dunia ni tambarare, karibu wote wanaoamini kuwa Dunia ni tambarare pia huamini katika geosentrizimu.

Athari za Kihistoria katika Kosmolojia ya Kiislamu

Geosentrizimu na mwelekeo wa jumla wa kozmolojia katika Qur'an hauonekani kuwa na ushawishi mkubwa kutoka kwenye mtazamo wa Ptolemy kuhusu nyanja za mbinguni, ambapo kila sayari ilikuwa na obiti yake maalum. Ingawa tafsiri za baadaye za Qur'an zilijaribu kuoanisha neno falak na nadharia ya Ptolemy, utafiti wa wasomi wa kisasa, kama Damien Janos, unaonyesha kuwa kosmolojia ya Qur'an ilitokana na muktadha wa kidini tofauti na haionyeshi wazi dalili za kuunganishwa na astronomia ya Kiptolemaiki.

Katika tafiti zake, Janos anabainisha kuwa mifumo hii miwili haipatani kikamilifu, hasa kwa sababu Qur'an inaonyesha kwamba miili ya angani inatembea katika sehemu za chini zaidi za mbingu saba, tofauti na mtazamo wa Kigiriki ambapo sayari zilikuwa katika nyanja zilizopangwa kwa utaratibu.

Hata hivyo, Janos anapendekeza kuwa kuna uwezekano wa ushawishi wa Kigiriki kwenye dhana ya falak, hasa kwa sababu mafundisho ya baadaye ya Kiislamu yaliielezea kwa muktadha wa umviringo au duara. Pia, anatoa nadharia kuwa neno falak na mbingu saba katika Qur'an vinaweza kuwa si duara kamili, bali vinaweza kuwa na umbo la nusu-duara au la kuba.

Kwa mujibu wa nadharia hii, jua linaweza kusafiri kurudi mashariki kupitia njia ya chini ya ardhi, dhana inayoungwa mkono na baadhi ya ripoti za Kiarabu za jadi na yenye uhusiano na imani za Wamisopotamia kuhusu mwendo wa miili ya angani. Hii inaashiria kuwa Qur'an iliakisi zaidi mitazamo ya kimapokeo ya Kimesopotamia na Kiyahudi, badala ya kuelekea kwenye kozmolojia ya Kigiriki na Ptolemaiki.

Makosa ya Kozmolojia katika Qur'an kwa Ushahidi wa Kisayansi, Kijiografia, na Kitheolojia

Katika uchambuzi huu, tutazingatia kosa la kimuundo la kozmolojia katika Qur'an kwa kutumia ushahidi wa kisayansi na kijiografia, sambamba na uchambuzi wa kina wa Biblia kwa kutumia Strong's Concordance, pamoja na maoni ya wafafanuzi wa Biblia. Tutalinganisha mtazamo wa kozmolojia wa Biblia na Qur'an na kuonyesha jinsi mtazamo wa Biblia unavyolingana na sayansi, huku ule wa Qur'an ukiwa na dosari kubwa.

---

1. Ushahidi wa Kisayansi Dhidi ya Geosentrizimu

Katika Qur'an, inaonekana kuwa mwendo wa jua na mwezi unazingatiwa kwa mtazamo wa geosentrizimu (yaani, kwamba Dunia ni kitovu cha ulimwengu na vyombo vya angani vinazunguka kuizunguka). Hata hivyo, sayansi ya kisasa imethibitisha kwamba:

- Dunia inazunguka katika mhimili wake kwa mzunguko wa saa 24 (rotation).
- Dunia inazunguka jua katika obiti kwa muda wa siku 365.25 (revolution).
- Jua halizunguki Dunia, bali Dunia ndiyo inayozunguka jua kwa mujibu wa mfumo wa heliosentrizimu ulioimarishwa na kazi za Nicolaus Copernicus (1543) na kuthibitishwa na Galileo Galilei (1610) kupitia uchunguzi wa darubini.
- Mwezi unazunguka Dunia kwa kipindi cha takriban siku 29.5 na ndio sababu tunapata mwandamo wa mwezi na mabadiliko ya mzunguko wa mwezi (phases of the moon).

Qur'an haielezi popote kuwa Dunia inazunguka, jambo ambalo lingeweza kuthibitisha heliosentrizimu. Badala yake, inaeleza mwendo wa jua na mwezi kwa namna inayodokeza kuwa vyombo hivyo vinazunguka Dunia.

Qur'an 36:38-40

"Na jua linakwenda kwa kituo chake. Hiyo ndiyo hukumu ya Mwenye nguvu, Mwenye ujuzi. Na mwezi tumempimia vituo mpaka unakuwa kama kichana kilichokauka. Jua haliruhusiwi kuufikia mwezi, wala usiku haurukii mchana. Kila kimoja kinakwenda katika mwendo wake (fee falakin)."

Aya hii inaonyesha kuwa Qur'an ina mtazamo wa dunia isiyohamishika, huku vyombo vya angani vikizunguka kuizunguka. Hili ni kosa la kisayansi, kwani ni kinyume na uhalisia wa mfumo wa jua.

---

2. Ushahidi wa Kijiografia na Kosmolojia ya Biblia

Biblia hutoa mtazamo wa sayari na mwendo wa vyombo vya angani ambao unalingana na ukweli wa kisayansi. Kupitia uchambuzi wa Strong's Concordance, tunaweza kuona kuwa maneno yanayotumika katika Biblia kuonyesha mwendo wa vyombo vya angani yanalingana na mtazamo wa heliosentrizimu.

Zaburi 19:4-6

"Lakini sauti yao imeenea duniani mwote, Na maneno yao hata miisho ya ulimwengu. Katika hizo ameliwekea jua hema, Ambalo hutoka kama bwana arusi kutoka chumbani mwake, Hufurahi kama shujaa apitaye katika njia yake. Kutoka mwisho wa mbingu ndiko maenendo yake, Na kuzunguka kwake hata miisho yake, Wala hakuna kitu kilichositirika na joto lake."

- Neno "maenendo" linatafsiriwa kutoka neno la Kiebrania "mowtsa" (מוֹצָא) [H4161], ambalo lina maana ya "mahali pa kuanzia mwendo" au "njia ya kutoka." Hili linaonyesha kuwa jua lina mwendo wake wa kufuata, lakini halisemi kuwa linaizunguka Dunia.

- Neno "kuzunguka" katika Kiebrania ni "tequphah" (תְּקוּפָה) [H8622], ambalo linaweza kumaanisha mzunguko au mwendo wa kudumu wa anga.

Biblia inaeleza kwamba vyombo vya angani vinafanya kazi kwa utaratibu uliowekwa na Mungu bila kuashiria kuwa Dunia ni kitovu cha ulimwengu.

Ayubu 26:7

"Huitandaza kaskazi juu ya mahali pasipo kitu, Na kuutundika ulimwengu juu ya si kitu."

- Neno la Kiebrania "talah" (תָּלָה) [H8518] linamaanisha "kutundika" au "kushikilia juu ya nafasi."
- Hii ni ishara ya ukweli wa kisayansi kwamba Dunia imetundikwa katika nafasi ya ulimwengu bila nguzo zinazoonekana, jambo linalolingana na mvutano wa uvutano (gravity).

---

3. Ulinganisho wa Theolojia ya Biblia na Qur'an

Katika Biblia, mtazamo wa uumbaji wa ulimwengu ni wa mpangilio wa kimungu, unaoendana na uhalisia wa kisayansi. Mungu aliumba sayari kwa mfumo wa utaratibu unaoeleweka (Mwanzo 1:1-18).

Katika Qur'an, kuna dhana zisizoendana na sayansi na zinazoleta mkanganyiko, mfano:

Qur'an 18:86

"Mpaka alipoifikia machweo ya jua, alilikuta linatua katika chemchemi yenye maji meusi..."

- Katika aya hii, Qur'an inaeleza kuwa jua linatua ndani ya chemchemi yenye maji meusi, jambo ambalo ni kosa kubwa la kijiografia na kisayansi.

- Jua halitui mahali popote; linapotea kwa mtazamo wa mtu kutokana na mzunguko wa Dunia.

Ulinganisho na Biblia

- Biblia haifundishi kuwa jua linazama kwenye maji, bali inaeleza kuwa linapotea kutokana na mwendo wa Dunia (Mhubiri 1:5 – *"Jua huchomoza, na jua hutua, Hufanya haraka kwenda mahali linapozaliwa tena."*).
- Hii inathibitisha kuwa Biblia ilielewa kanuni ya heliosentrizimu kabla ya sayansi ya kisasa.

---

4. Hitimisho: Makosa ya Kozmolojia Katika Qur'an na Uthibitisho wa Biblia

Kwa kuzingatia ushahidi wa kisayansi, kijiografia, na theolojia, tunahitimisha kwamba:

✅ Biblia inaeleza ukweli wa kisayansi kuhusu mfumo wa jua na mwendo wa vyombo vya angani kwa usahihi bila kukosea.

❌ Qur'an inaonyesha mtazamo wa geosentrizimu, inaacha kueleza mwendo wa Dunia, na hata inatoa maelezo ya kupotosha kama jua kuzama katika chemchemi ya maji.

✅ Biblia inathibitisha kuwa Mungu aliumba ulimwengu kwa mpangilio kamili unaoendana na sayansi ya kisasa.

❌ Qur'an haioneshi ufahamu sahihi wa kiastronomia na inaelekea kufuata dhana za kale zisizo sahihi.

Kwa hivyo, mtazamo wa Biblia kuhusu uumbaji na mpangilio wa ulimwengu unaonyesha maelezo sahihi, ya kimungu, na yanayokubaliana na sayansi ya kisasa, huku Qur'an ikiendelea kubeba makosa ya kozmolojia ambayo hayaendani na ukweli wa sayansi ya leo.

SURA YA 01

Geosentrizimu katika Qur'an

Geosentrizimu ni nini?

Geosentrizimu ni nadharia inayodai kuwa Dunia ndiyo kitovu cha mfumo wa jua au hata ulimwengu mzima. Kwa mtazamo huu, vyombo vyote vya angani—jua, mwezi, sayari, na nyota—vinazunguka Dunia. Dhana hii ilifikia kilele chake kupitia mfumo wa Ptolemy wa Alexandria (karne ya 2 BK), ambapo ilikubaliwa kwa muda mrefu hadi karne ya 16, wakati wa mapinduzi ya kisayansi yaliyoletwa na Nicolaus Copernicus.

Katika muktadha huu, tunaweza kuelezea maana ya geosentrizimu kwa mtazamo wa kisayansi, kijiografia, na kitheolojia kwa lugha ya Kiswahili:

---

1. Maana ya Geosentrizimu katika Sayansi

Geosentrizimu ni dhana ya kisayansi inayoeleza kuwa Dunia iko katikati ya mfumo wa jua au ulimwengu mzima, huku vyombo vya angani kama vile jua, mwezi, na nyota zikizunguka kuizunguka. Dhana hii ilitawala astronomia kwa karne nyingi hadi ilipodhihirika kuwa Dunia inazunguka jua kwa mzunguko wa siku 365.25, kwa mujibu wa mfumo wa heliosentrizimu uliothibitishwa na Galileo Galilei na Johannes Kepler.

Kwa tafiti za kisasa, tunajua kuwa:

- Dunia inazunguka mhimili wake kwa muda wa saa 24, hali inayosababisha mchana na usiku.
- Dunia inazunguka jua katika obiti kwa mwaka mmoja, hali inayosababisha misimu minne.
- Jua liko katikati ya mfumo wa jua na si Dunia, kama ilivyokuwa ikidhaniwa na wafuasi wa geosentrizimu.

Kwa hivyo, kwa mtazamo wa kisayansi, geosentrizimu ni dhana ya kale ambayo imebatilishwa na utafiti wa kisasa.

---

2. Maana ya Geosentrizimu katika Jiografia

Katika jiografia, geosentrizimu inahusiana na jinsi watu wa kale walivyoelewa nafasi ya Dunia katika ulimwengu. Kwa muda mrefu, watu waliamini kuwa Dunia ni bapa na ipo katikati ya vyombo vya angani. Dhana hii ilidumu kwa muda mrefu hasa kwa sababu ya mtazamo wa macho unaoonesha kuwa jua linachomoza mashariki na kutua magharibi, kana kwamba linazunguka Dunia.

Hata hivyo, kupitia maendeleo ya jiografia na sayansi ya anga (astronomia), watafiti kama Eratosthenes (karne ya 3 KK) walithibitisha kuwa:

- Dunia ni ya mviringo (spherical) na si tambarare.
- Mfumo wa heliosentrizimu unaeleza kwa usahihi jinsi sayari zinavyosonga, huku jua likiwa katikati ya mfumo wa jua.
- Matukio kama kupatwa kwa jua na mwezi yanaweza kueleweka kwa msingi wa heliosentrizimu badala ya geosentrizimu.

Kwa hivyo, kwa mtazamo wa kijiografia, geosentrizimu ni dhana ya zamani iliyotokana na ukosefu wa uelewa wa anga, lakini haifanyi kazi tena kulingana na ushahidi wa kisasa wa jiografia.

---

3. Maana ya Geosentrizimu katika Theolojia

Kwa mtazamo wa kitheolojia, geosentrizimu mara nyingi ilikuwa sehemu ya imani ya kidini, ambapo watu waliamini kuwa Mungu aliumba Dunia kama kitovu cha uumbaji wake. Katika Biblia, ingawa kuna rejeleo kwa mwendo wa jua na mwezi, maandiko hayafundishi kwamba Dunia ndiyo kitovu cha ulimwengu. Badala yake, Biblia inaeleza kuhusu ukuu wa Mungu juu ya uumbaji wote:

Zaburi 19:1

"Mbingu zahubiri utukufu wa Mungu, Na anga latangaza kazi ya mikono yake."

Katika andiko hili, Biblia inaonyesha kuwa ulimwengu wote ni sehemu ya kazi ya Mungu, lakini haidokezi kwamba Dunia iko katikati ya kila kitu. Kwa upande mwingine, Qur'an inaonyesha maelezo yanayoweza kufasiriwa kama kuunga mkono geosentrizimu, kama vile:

Qur'an 36:38

"Na jua linakwenda kwa kituo chake. Hiyo ndiyo hukumu ya Mwenye nguvu, Mwenye ujuzi."

Katika aya hii, Qur'an inaonyesha kwamba jua lina mwendo wake wa kuelekea kituo fulani, jambo linaloweza kueleweka kwa mtazamo wa geosentrizimu badala ya heliosentrizimu.

Hata hivyo, Biblia inaeleza kwa usahihi wa kisayansi jinsi ulimwengu unavyofanya kazi:

Ayubu 26:7

"Huitandaza kaskazi juu ya mahali pasipo kitu, Na kuutundika ulimwengu juu ya si kitu."

Hii ni tafsiri ya mapema ya ukweli wa kisayansi kwamba Dunia imesimamishwa angani kwa mvuto wa uvutano (gravity), si kwa nguzo zinazoonekana kama ilivyoelezwa katika tafsiri za Qur'an.

Kwa hivyo, kutoka kwa mtazamo wa kitheolojia:

✅ Biblia inathibitisha kuwa Mungu aliumba ulimwengu kwa utaratibu unaoendana na sayansi ya kisasa.

❌ Qur'an inaonyesha mtazamo wa geosentrizimu bila kuelezea mwendo wa Dunia, jambo linaloonyesha dosari ya kitheolojia na kisayansi.

Hitimisho: Je, Geosentrizimu ni Sahihi?

Baada ya uchambuzi wa kisayansi, kijiografia, na kitheolojia, tunahitimisha kwamba:

✅ Geosentrizimu ni dhana ya kale isiyo sahihi kisayansi.

✅ Jiografia na astronomia ya kisasa zinathibitisha kuwa jua ndilo kitovu cha mfumo wa jua (heliosentrizimu).

✅ Biblia haifundishi geosentrizimu bali inaeleza mwendo wa anga kwa njia sahihi kulingana na sayansi.

❌ Qur'an inaonyesha dhana zinazoweza kufasiriwa kuwa geosentrizimu, ambazo hazilingani na ushahidi wa kisasa wa kisayansi.

Kwa hivyo, geosentrizimu haikubaliki tena kama nadharia halali ya kiastronomia, bali inabaki kuwa sehemu ya historia ya mawazo ya binadamu kuhusu ulimwengu.

Sura ya 1: Geosentrizimu Katika Qur'an

Qur'an inatoa maelezo mbalimbali kuhusu mwendo wa vyombo vya angani, ikiwa ni pamoja na jua na mwezi, ambayo mara nyingi yanahusisha au kudokeza mtazamo wa geosentrizimu (Dunia kuwa kitovu cha ulimwengu). Maelezo haya yanawiana na mtazamo wa kale wa karne ya 7, ambao ulidhani kwamba vyombo vya angani vyote, ikiwa ni pamoja na jua na mwezi, vinazunguka Dunia.

QUR'AN 36:37-40 – MZUNGUKO WA KILA SIKU WA JUA NA MAHALI PAKE PA KUPUMZIKA

Aya ya Qur'an 36:37-40 inazungumzia kuhusu usiku na mchana, na mizunguko ya jua na mwezi katika muktadha huo.

Qur'an 36:37-40

"Na ishara kwao ni usiku; tunauvua mchana wake, mara wanakuwa gizani. Na jua linapita kuelekea mahali pake pa kupumzika. Hii ni hukumu ya Mwenye nguvu, Mwenye hekima. Na kwa mwezi tumepangia vituo mpaka unakuwa kama kikonyo cha mtende kilichokauka. Jua haliwezi kulifikia mwezi, wala usiku haurukii mchana. Kila kimoja kinaogelea katika mzunguko wake."

Kwa neno kwa neno:

- Waalshshamsu (na jua)
- Tajree (linapita/linaelekea)
- Limustaqarrin (mahali pa kupumzika)
- Laha (kwa ajili yake)

Katika aya hizi, Qur'an inaeleza kwamba jua linatembea kuelekea mahali pa kupumzika (mustaqarrin مُسْتَقَرٍّ). Maneno haya yanahusiana moja kwa moja na mtazamo wa geosentrizimu, kwani yanapendekeza kuwa jua lina mwendo wake wa moja kwa moja kuelekea sehemu fulani ya kupumzika, badala ya kuwa katikati ya mfumo wa sayari kama inavyothibitishwa na heliosentrizimu.

Tafsiri ya "Mahali pa Kupumzika" Katika Hadithi Sahihi

Mbali na Qur'an, kuna hadithi sahihi inayotumia neno hilo hilo la Kiarabu (mustaqarrin) kuonyesha kuwa jua lina mahali fulani linapopumzika kila siku.

Hadithi ya Abu Dharr kuhusu Jua

Katika Sahih Bukhari 3199, Mtume wa Uislamu anadaiwa kusema kuwa jua linazama na kwenda "kusujudu chini ya Arshi" kabla ya kuchomoza tena kutoka mashariki.

"Nilikuwa pamoja na Mtume wa Allah (SAW) aliponieleza kuwa jua hutua na kwenda kusujudu chini ya Kiti cha Enzi cha Allah, kisha kuomba kuruhusiwa kurudi tena na kuchomoza."

Hii inathibitisha kuwa mtazamo wa mwandishi wa Qur'an ulikuwa wa geosentrizimu na si heliosentrizimu, kwani unamaanisha kuwa jua lina safari yake ya kila siku na sehemu fulani linapokwenda kupumzika kabla ya kuchomoza tena.

Hoja muhimu:

☑ Hakuna ushahidi wa kisayansi unaothibitisha kuwa jua lina mahali pa kupumzika; bali linaendelea kuchoma kwa sababu ya mchakato wa nyuklia unaoendelea ndani yake.

☑ Sayansi ya leo inathibitisha kuwa mchana na usiku husababishwa na mzunguko wa Dunia kwenye mhimili wake, si mwendo wa jua.

✕ Mtazamo wa Qur'an na hadithi unapingana na ukweli wa kisayansi na unadhihirisha dhana ya geosentrizimu.

Qur'an 36:40 – Jua Halifikii Mwezi?

Katika Qur'an 36:40, Qur'an inasema:

"Jua haliwezi kulifikia mwezi, wala usiku haurukii mchana. Kila kimoja kinaogelea katika mzunguko wake."

Maneno haya yanaonyesha mtazamo wa karne ya 7, ambapo iliaminika kuwa jua na mwezi vinazunguka Dunia katika mizunguko yao tofauti, bila kufikiana.

Matatizo ya kisayansi na kifasihi katika aya hii:

1. Dhana ya kuwa jua haliwezi kumfikia mwezi – Katika mfumo wa heliosentrizimu, mwezi huzunguka Dunia, huku Dunia ikizunguka jua. Hata hivyo, kuna wakati mwezi unakuwa kati ya jua na Dunia (wakati wa kupatwa kwa jua), jambo linaloonyesha kuwa Qur'an haielezi ukweli wa kiastronomia.

2. Neno "overtake" linatumika kwa makosa – Katika Kiarabu, neno "tudrika" (تُدْرِكَ) lina maana ya "kufikia, kupata, au kufuatia." Katika ulimwengu halisi, jua na mwezi haviko kwenye mstari mmoja wa obiti unaoweza kupimwa kwa namna hiyo.

3. Tafsiri ya "yanbaghee" (يَنبَغِى) – Neno hili linamaanisha "linalofaa," "linalostahili," au

"linalowezekana". Kwa hivyo, Qur'an inaashiria kuwa haiwezekani kwa jua kumfikia mwezi, jambo ambalo halina msingi wa kisayansi, kwani kupatwa kwa jua hutokea mara kwa mara.

Uchambuzi wa Kijiografia na Theolojia

Katika Biblia, tunapata maelezo yanayowiana na ukweli wa kisayansi kuhusu mwendo wa vyombo vya angani:

Zaburi 19:4-6

"Katika hizo ameliwekea jua hema, ambalo hutoka kama bwana arusi kutoka chumbani mwake, hufurahi kama shujaa apitaye katika njia yake. Kutoka mwisho wa mbingu ndiko maenendo yake, na kuzunguka kwake hata miisho yake, wala hakuna kitu kilichositirika na joto lake."

Katika aya hii:

☑ Neno "maenendo" linatafsiriwa kutoka Kiebrania "mowtsa" (מוֹצָא) [H4161], linalomaanisha "mahali pa kutoka au kuanzia."

☑ Neno "kuzunguka" ni "tequphah" (תְּקוּפָה) [H8622], linaloweza kumaanisha mzunguko wa miali ya jua, lakini si mwendo wa jua linalozunguka Dunia.

Ayubu 26:7

"Huitandaza kaskazi juu ya mahali pasipo kitu, na kuutundika ulimwengu juu ya si kitu."

Hii ni mojawapo ya aya za Biblia zinazothibitisha kuwa Dunia haishikiliwi na nguzo zinazoonekana, badala yake ipo angani kutokana na nguvu ya uvutano (gravity), jambo ambalo linathibitishwa kisayansi.

☑ Biblia inaeleza kwamba vyombo vya angani vinafanya kazi kwa mpangilio wa kimungu unaoendana na sayansi.

✕ Qur'an inaeleza kwamba jua linatembea kuelekea sehemu ya kupumzika, jambo ambalo linapinga ukweli wa kisayansi na kiastronomia.

Je, Qur'an Inafundisha Geosentrizimu?

Kwa kuzingatia ushahidi wa kisayansi, tafsiri ya Qur'an, na mlinganisho wake na Biblia, tunaweza kusema kwamba:

✅ Qur'an ina maelezo yanayodokeza kuwa jua lina mwendo wake wa kila siku na sehemu ya kupumzika, jambo linaloonyesha geosentrizimu.

✅ Biblia inaeleza mpangilio wa vyombo vya angani kwa njia inayoweza kueleweka kwa mujibu wa sayansi ya kisasa.

❌ Qur'an haielezi mwendo wa Dunia, badala yake inaeleza mwendo wa jua kwa namna inayopingana na ukweli wa kisayansi.

Kwa hivyo, Qur'an inaendeleza mtazamo wa geosentrizimu, mtazamo wa kale ambao umepitwa na wakati kulingana na sayansi ya kisasa.

Tofauti Kati ya Mfano wa Heliocentrizimu na Geosentrizimu wa Ulimwengu

Katika historia ya astronomia, kulikuwa na mitazamo miwili mikuu kuhusu muundo wa ulimwengu: Heliocentrizimu na Geosentrizimu. Hizi ni nadharia zinazotofautiana katika kueleza nafasi ya Dunia na Jua katika mfumo wa sayari.

---

1. Geosentrizimu – Dunia Kama Kitovu cha Ulimwengu

🌕 Maana: Geosentrizimu ni mtazamo wa kwamba Dunia iko katikati ya ulimwengu, na vyombo vyote vya angani – jua, mwezi, sayari, na nyota – vinazunguka kuizunguka.

📜 Historia:

- Mtazamo huu ulienezwa na wanafalsafa wa Kigiriki kama Aristotle (karne ya 4 KK) na kuendelezwa na mwanaastronomia wa Kigiriki Claudius Ptolemy (karne ya 2 BK).

- Nadharia hii ilikubaliwa kwa karne nyingi, hasa katika Ulaya na ulimwengu wa Kiislamu, hadi karne ya 16.
- Ilikubalika kwa sababu ilionekana inalingana na mtazamo wa macho wa kila siku – yaani, jua linachomoza mashariki na kutua magharibi.

● Matatizo ya Geosentrizimu:

✕ Haiwezi kueleza kwa usahihi mwendo wa sayari.

✕ Haiwezi kueleza kwa nini kuna kupatwa kwa jua na mwezi.

✕ Haikubaliki tena kisayansi kwa sababu haiendani na ukweli wa kiastronomia.

---

2. Heliocentrizimu – Jua Kama Kitovu cha Mfumo wa Sayari

◯ Maana: Heliocentrizimu ni nadharia inayoeleza kwamba Jua ndilo kitovu cha mfumo wa sayari, na Dunia pamoja na sayari nyingine zote zinazunguka jua katika obiti zao.

📜 Historia:

- Wazo hili lilianza na mwanaastronomia wa Kigiriki Aristarchus wa Samos (karne ya 3 KK) lakini halikupata uungwaji mkono mkubwa.
- Nicolaus Copernicus (1543) alifufua nadharia hii kwa maelezo ya kisayansi katika kitabu chake *De revolutionibus orbium coelestium*.
- Galileo Galilei (1610) alithibitisha heliocentrizimu kwa kutumia darubini yake kwa kuchunguza mwezi wa Jupiter na kuona kuwa havizunguki Dunia, bali sayari nyingine.
- Johannes Kepler alieleza kwamba sayari huzunguka jua kwa njia ya mviringo (*elliptical orbits*), si duara kamili kama ilivyodhaniwa awali.

- Isaac Newton (1687) alithibitisha heliocentrizimu kwa sheria zake za mvuto wa uvutano (*gravity*).

☑ Sababu Kwa Nini Heliocentrizimu Ni Sahihi Kisayansi:

✔ Inathibitishwa na uchunguzi wa anga na darubini za kisasa.

✔ Inaeleza kwa usahihi mwendo wa sayari.

✔ Inaeleza kwa nini kuna misimu minne ya mwaka (summer, winter, autumn, na spring).

✔ Inaeleza kwa nini kuna mchana na usiku (rotation ya Dunia).

✔ Inaeleza kupatwa kwa jua na mwezi kwa usahihi.

📌 Hitimisho: Heliocentrizimu ndiyo nadharia sahihi na inayokubalika kisayansi kwa sababu inathibitishwa na ushahidi wa kisayansi wa kisasa.

---

3. Kwa Nini Uislamu Ulifuata Geosentrizimu na Si Heliocentrizimu?

Katika Qur'an, kuna aya nyingi zinazoeleza mwendo wa jua na mwezi kwa namna inayoweza kufasiriwa kuwa ya geosentrizimu, badala ya heliocentrizimu.

1. Mtazamo wa Karne ya 7 na Ukosefu wa Ujuzi wa Kisayansi

- Wakati Qur'an inakamilika mwishoni mwa karne ya 7, jamii ya Waarabu haikuwa na uelewa wa kina wa astronomia.
- Waarabu wa wakati huo walitegemea mtazamo wa macho, ambapo jua linaonekana likichomoza na kutua, hivyo walidhani kuwa linazunguka Dunia.

2. Quran Inasema Jua Linatembea Kwa Mahali Pake Pa Kupumzika

Katika Qur'an 36:38, tunasoma:

"Na jua linakwenda kwa kituo chake. Hii ni hukumu ya Mwenye nguvu, Mwenye hekima."

🔘 Tatizo la Kisayansi:

- Sayansi inathibitisha kuwa jua halizunguki Dunia, bali Dunia ndiyo inayozunguka jua.
- Jua halina "mahali pa kupumzika"; linabaki likiwaka kupitia mchakato wa fusion ya nyuklia.

3. Quran Haielezi Kuhusu Mzunguko wa Dunia

- Qur'an haielezi kuwa mchana na usiku husababishwa na mzunguko wa Dunia kwenye mhimili wake.
- Badala yake, inatoa taswira ya kwamba mchana na usiku hutegemea mwendo wa jua.

4. Ushawishi wa Ptolemy na Waarabu wa Kale

- Waarabu walijifunza astronomia kutoka kwa Wagiriki, hasa kupitia kazi za Ptolemy, ambaye alitetea mtazamo wa geosentrizimu.
- Waarabu wa Kiislamu wa karne ya 9-12 waliendelea kutumia mtazamo wa geosentrizimu katika mahesabu yao ya kalenda na sala, jambo lililosaidia mtazamo huu kubaki maarufu miongoni mwa Waislamu.

5. Kukataa Kubadilika kwa Sababu za Dini

- Wakati heliocentrizimu ilithibitishwa na Galileo Galilei mnamo 1610, Kanisa Katoliki lilimpinga kwa sababu liliamini katika mtazamo wa geosentrizimu uliotokana na tafsiri fulani za Biblia.
- Katika Uislamu, bado kuna Waislamu wengi wanaoendelea kuamini geosentrizimu kwa sababu ya tafsiri za Qur'an zinazoeleza jua kuwa na mwendo wake wa kila siku.

📌 Hitimisho:

✅ Uislamu ulichagua geosentrizimu kwa sababu wakati wa uandishi wa Qur'an, ujuzi wa kisayansi ulikuwa mdogo, na Waarabu wa wakati huo walitegemea mtazamo wa macho kuhusu mwendo wa jua na mwezi.

☑ Qur'an inaonyesha dhana ya geosentrizimu badala ya heliocentrizimu, jambo linaloonyesha kuwa haikujua sayansi ya anga kwa usahihi.

✕ Hata baada ya sayansi kuthibitisha heliocentrizimu, Waislamu wengi waliendelea kushikilia geosentrizimu kwa sababu ya tafsiri za Qur'an.

Hitimisho Kuu: Heliocentrizimu Ndiyo Nadharia Sahihi Kisayansi

◈ Geosentrizimu ilikuwa mtazamo wa kale, lakini haikubaliki tena kisayansi kwa sababu inapingana na ukweli wa astronomia.

◈ Heliocentrizimu imethibitishwa kwa kutumia darubini, fizikia, na sheria za mvuto wa Newton, na ndiyo inakubalika leo.

◈ Biblia haifundishi geosentrizimu moja kwa moja, lakini Qur'an inaonyesha mtazamo unaoelekea kuunga mkono geosentrizimu.

◈ Uislamu ulishikilia geosentrizimu kwa sababu ya tafsiri za Qur'an na ukosefu wa ujuzi wa kisayansi katika karne ya 7.

Kwa hivyo, heliocentrizimu ni mtazamo sahihi wa kisayansi, huku geosentrizimu ikiwa ni dhana potofu iliyopitwa na wakati. 🚀🔭

Je, Kama Allah ni Mjuzi wa Yote (Mwenye Ujuzi Wote), Kwa Nini Qur'an Inatumia Geosentrizimu Badala ya Heliocentrizimu? Je, Inamaanisha Allah si Mungu Yule Yule wa Biblia Ambaye Hutumia Heliocentrizimu?

Swali hili lina uzito mkubwa wa kielimu, na linahusisha uchambuzi wa kina wa kisayansi, kitheolojia, na kifalsafa. Ili kulijibu kwa usahihi, tutachunguza vipengele vifuatavyo:

1. Tathmini ya Kisayansi: Ulinganisho wa Geosentrizimu na Heliocentrizimu
2. Tathmini ya Theolojia: Je, Mungu wa Biblia Anafundisha Heliocentrizimu?
3. Allah wa Qur'an na Mungu wa Biblia: Je, Ni Mmoja au Wametofautiana?
4. Je, Dhana ya Allah Kuwa Mjuzi wa Yote Inapingana na Uhalisia wa Kisayansi?

---

1. TATHMINI YA KISAYANSI: ULINGANISHO WA GEOSENTRIZIMU NA HELIOCENTRIZIMU

Katika historia ya sayansi, kulikuwa na mitazamo miwili mikuu kuhusu muundo wa ulimwengu:

1. Geosentrizimu (Dunia kuwa Kitovu) – Dhana kwamba Dunia iko katikati ya ulimwengu, na jua, mwezi, na sayari zote huzunguka kuizunguka.
2. Heliocentrizimu (Jua kuwa Kitovu) – Dhana kwamba Jua ndilo kitovu cha mfumo wa sayari, na Dunia pamoja na sayari nyingine zinazunguka jua.

Tathmini ya Kisayansi:

- Geosentrizimu ilitumiwa na Waarabu wa kale na Wagiriki, lakini haikuthibitishwa kisayansi.
- Heliocentrizimu ilithibitishwa na Copernicus (1543), Galileo Galilei (1610), Johannes Kepler, na Isaac Newton (1687) kwa kutumia darubini, sheria za mwendo wa sayari, na kanuni za mvuto wa uvutano.
- Leo, heliocentrizimu ni ukweli wa kisayansi unaothibitishwa na vipimo vya kisasa na NASA.

Kwa nini Qur'an Haijui Heliocentrizimu?

- Qur'an inazungumza kuhusu mwendo wa jua kwa kutumia maneno kama "jua linakimbia kuelekea kituo chake" (Qur'an 36:38), ambayo yanaonyesha dhana ya geosentrizimu.

- Qur'an haitaji kwamba Dunia inazunguka jua, jambo linaloacha mashaka ikiwa kweli muandishi wake alikuwa na ujuzi wa sayansi ya kweli.

🔬 Hitimisho la Kisayansi:

✅ Heliocentrizimu ndiyo nadharia sahihi na imethibitishwa kisayansi.

❌ Geosentrizimu ni dhana ya kale na haikubaliki tena.

❌ Qur'an haitambui heliocentrizimu, jambo linaloibua swali kuhusu ujuzi wa kisayansi wa muandishi wake.

---

2. TATHMINI YA THEOLOJIA: JE, MUNGU WA BIBLIA ANAFUNDISHA HELIOCENTRIZIMU?

Katika Biblia, tunaona maelezo yanayoendana na ukweli wa kisayansi kuhusu mwendo wa vyombo vya angani:

Ayubu 26:7

"Huitandaza kaskazi juu ya mahali pasipo kitu, na kuutundika ulimwengu juu ya si kitu."

✅ Hii inaeleza kwamba Dunia haishikiliwi na kitu kinachoonekana, jambo linalolingana na kanuni ya uvutano (gravity).

Zaburi 19:4-6

"Katika hizo ameliwekea jua hema, ambalo hutoka kama bwana arusi kutoka chumbani mwake, hufurahi kama shujaa apitaye katika njia yake. Kutoka mwisho wa mbingu ndiko maenendo yake, na kuzunguka kwake hata miisho yake."

✅ Hii inaeleza mwendo wa jua kwa mtazamo wa kihali bila kudai kuwa linazunguka Dunia.

📌 Hitimisho la Kitheolojia:

- Biblia haitoi mtazamo wa geosentrizimu, badala yake inatoa maelezo ya anga yanayoweza kueleweka kwa mujibu wa sayansi ya kisasa.

- Mungu wa Biblia anaeleza ukweli wa uumbaji bila kupingana na sayansi ya kisasa.

---

3. ALLAH WA QUR'AN NA MUNGU WA BIBLIA: JE, NI MMOJA AU WAMETOFAUTIANA?

Ikiwa Mungu wa kweli ni mjuzi wa yote (omniscient), basi anapaswa kujua kwamba heliocentrizimu ni sahihi na geosentrizimu ni kosa la kisayansi. Hili linaibua maswali yafuatayo:

1. Kama Allah ni mjuzi wa yote, kwa nini Qur'an inafundisha geosentrizimu badala ya heliocentrizimu?
2. Kwa nini Qur'an haielezi kwamba Dunia inazunguka jua?
3. Kwa nini Biblia haikosei kuhusu mfumo wa sayari, lakini Qur'an inatoa maelezo yasiyo sahihi?

📌 Hitimisho la Kitheolojia:

✅ Mungu wa Biblia anaonekana kuwa ndiye Mungu wa kweli kwa sababu anaeleza ukweli wa uumbaji bila kupingana na sayansi.

❌ Allah wa Qur'an anaeleza dhana ya geosentrizimu, ambayo ni kosa la kisayansi, jambo linaloacha mashaka kama kweli ana ujuzi wote.

---

4. JE, ALLAH NI MJUZI WA YOTE KAMA QUR'AN INAVYODAI?

Ikiwa Qur'an ni neno la Mungu wa kweli, basi haipaswi kuwa na makosa ya kisayansi. Hata hivyo, Qur'an inaeleza mfumo wa sayari kwa mtazamo wa kale wa karne ya 7, badala ya kuonyesha ukweli wa kisayansi wa heliocentrizimu.

Qur'an 36:38

"Na jua linakwenda kwa kituo chake."

✅ Sayansi inathibitisha kuwa jua halizunguki Dunia, bali Dunia ndiyo inayozunguka jua.

❌ Qur'an haielezi mzunguko wa Dunia, badala yake inaeleza mwendo wa jua kwa mtazamo wa geosentrizimu.

Ikiwa Allah ni mjuzi wa yote, basi tungetarajia Qur'an ionyeshe heliocentrizimu badala ya geosentrizimu. Hili linazua maswali makubwa kuhusu asili ya Allah wa Qur'an.

📌 Hitimisho Kuu:

- Allah wa Qur'an anapinga heliocentrizimu, jambo linaloonyesha kuwa Qur'an ina makosa ya kisayansi.
- Mungu wa Biblia anaeleza ukweli wa kisayansi bila kupingana na sayansi ya kisasa.
- Hili linazua swali kubwa: Je, Allah ni kweli mjuzi wa yote kama Qur'an inavyodai, au Qur'an ni maandishi ya kibinadamu yenye makosa?

MWISHO: ALLAH WA QUR'AN NI MUNGU YULE YULE WA BIBLIA?

Kwa msingi wa uchambuzi wa kisayansi na kitheolojia:

✅ Mungu wa Biblia anaonyesha ujuzi wa hali ya juu wa uumbaji wake, bila kupingana na sayansi.

❌ Allah wa Qur'an anaeleza mfumo wa sayari kwa mtazamo wa kale wa geosentrizimu, jambo linaloonyesha ukosefu wa ujuzi wa kisayansi.

Kwa hivyo, Allah wa Qur'an na Mungu wa Biblia hawawezi kuwa mmoja, kwa sababu Mungu wa kweli hawezi kufanya makosa ya kisayansi. 🚀📖

TOFAUTI ZA KITHEOLOJIA KATI YA GEOSENTRIZIMU NA HELIOCENTRIZIMU

Katika ulimwengu wa dini na sayansi, dhana ya jinsi ulimwengu ulivyopangwa ina athari kubwa kwa imani ya mtu kuhusu Mungu. Ikiwa Mungu ndiye Muumba wa kila kitu, basi maelezo yake kuhusu uumbaji wake yanapaswa kuwa sahihi. Kutokana na hili, tunaweza kulinganisha tofauti za kitheolojia kati ya geosentrizimu (Dunia kuwa kitovu cha ulimwengu) na heliocentrizimu (Jua kuwa kitovu cha mfumo wa sayari) kwa mtazamo wa Qur'an na Biblia.

---

1. GEOSENTRIZIMU: MTAZAMO WA KITHEOLOJIA

A. Qur'an Inavyowasilisha Geosentrizimu

Katika Qur'an, mwendo wa vyombo vya angani unaelezwa kwa namna inayolingana na geosentrizimu, ambapo jua na mwezi vinaonekana kuwa vinazunguka Dunia.

Mifano ya Aya Zinazoashiria Geosentrizimu

1. Qur'an 36:38

"Na jua linakwenda kwa kituo chake. Hii ni hukumu ya Mwenye nguvu, Mwenye hekima."

- Aya hii inaashiria kuwa jua lina mwendo wake maalum kuelekea sehemu fulani, badala ya kuelewa kwamba ni Dunia inayozunguka jua.

2. Qur'an 18:86

"Mpaka alipoifikia machweo ya jua, alilikuta linatua katika chemchemi yenye maji meusi..."

- Aya hii inaonyesha mtazamo wa macho wa watu wa kale waliodhani kuwa jua linazama mahali fulani ndani ya maji.

3. Qur'an 21:33

"Naye ndiye aliyeumba usiku na mchana, na jua na mwezi. Vyote vinazunguka katika mzunguko (obiti)."

- Maneno haya yanaweza kufasiriwa kama vyombo hivi vinazunguka Dunia badala ya kueleza kuwa ni Dunia inayozunguka jua.

📌 Matokeo ya Kitheolojia:

- Qur'an inatoa maelezo ambayo yanaweza kueleweka kwa mtazamo wa geosentrizimu.
- Haielezi wazi kuwa Dunia inazunguka jua, jambo linalopingana na ujuzi wa kisayansi wa sasa.
- Ikiwa Qur'an ni neno la Mungu wa kweli, kwa nini isieleze ukweli wa heliocentrizimu?

---

2. HELIOCENTRIZIMU: MTAZAMO WA KITHEOLOJIA

A. Biblia Inavyowasilisha Heliocentrizimu

Tofauti na Qur'an, Biblia haifundishi geosentrizimu kwa uwazi, na baadhi ya maandiko yanaweza kueleweka kwa mtazamo wa heliocentrizimu.

Mifano ya Aya Zinazoashiria Heliocentrizimu

1. Ayubu 26:7

"Huitandaza kaskazi juu ya mahali pasipo kitu, na kuutundika ulimwengu juu ya si kitu."

✅ Hii inaonyesha kuwa Dunia ipo angani bila kitu cha kuishikilia, jambo linalolingana na mvutano wa uvutano (gravity).

2. Zaburi 19:4-6

"Katika hizo ameliwekea jua hema, ambalo hutoka kama bwana arusi kutoka chumbani mwake, hufurahi kama shujaa apitaye katika njia yake. Kutoka mwisho wa mbingu ndiko maenendo yake, na kuzunguka kwake hata miisho yake."

✅ Hii inatoa mtazamo wa kihali (phenomenological view) kuhusu mwendo wa jua, lakini haidai kuwa jua linazunguka Dunia.

3. Mhubiri 1:5

"Jua huchomoza, na jua hutua, hufanya haraka kwenda mahali linapozaliwa tena."

☑ Hii inazungumza kwa mtazamo wa macho wa binadamu, lakini haipingani na heliocentrizimu.

📌 Matokeo ya Kitheolojia:

- Biblia haiendelezi mtazamo wa geosentrizimu moja kwa moja.
- Inatoa maelezo ambayo yanaweza kueleweka kwa mtazamo wa kisayansi bila kupingana na heliocentrizimu.
- Ikiwa Mungu wa Biblia ndiye Muumba wa ulimwengu, basi maandiko yake yanaendana na ukweli wa kisayansi.

---

3. ULINGANISHO WA KITHEOLOJIA KATI YA GEOSENTRIZIMU NA HELIOCENTRIZIMU

Kigezo	**Geosentrizimu (Qur'an)**	**Heliocentrizimu (Biblia)**
Nafasi ya Dunia	Dunia ni kitovu cha ulimwengu	Dunia inazunguka jua
Nafasi ya Jua	Jua linazunguka Dunia	Jua lipo katikati ya mfumo wa sayari
Msingi wa kisayansi	Haikubaliki kisayansi	Inalingana na sayansi ya kisasa
Ushahidi wa kisayansi	Qur'an haielezi mzunguko wa Dunia	Biblia inatoa maelezo yanayokubalika na sayansi
Uhalisia wa kisayansi	Ina maelezo yanayoweza kueleweka kwa mtazamo wa karne ya 7	Haipingani na ukweli wa sayansi ya kisasa

Kigezo	**Geosentrizimu (Qur'an)**	**Heliocentrizimu (Biblia)**
Uhusiano na Mungu	Allah wa Qur'an anatoa maelezo yenye makosa ya kisayansi	Mungu wa Biblia haonyeshi makosa ya kisayansi

4. JE, MUNGU WA KWELI ANAWEZA KUFUNDISHA GEOSENTRIZIMU?

Ikiwa Mungu ni mwenye ujuzi wote (omniscient), basi hatuwezi kutarajia aeleze makosa ya kisayansi katika ufunuo wake kwa wanadamu. Kwa hivyo, tunapaswa kujiuliza:

1. Kwa nini Qur'an haielezi ukweli wa heliocentrizimu, ikiwa Allah ni mjuzi wa yote?
2. Kwa nini Biblia haina makosa ya kisayansi kuhusu mwendo wa sayari?
3. Je, hii inamaanisha kuwa Allah wa Qur'an si Mungu wa kweli?

📌 Hitimisho:

- Mungu wa kweli hatatoa maelezo potofu kuhusu ulimwengu alioumba.
- Qur'an inaonyesha geosentrizimu, jambo linaloonyesha ukosefu wa ujuzi wa hali ya juu wa kisayansi.
- Biblia haifundishi geosentrizimu kwa uwazi, na baadhi ya aya zake zinaendana na ukweli wa heliocentrizimu.

Kwa hivyo, heliocentrizimu inaendana na theolojia ya Biblia, wakati Qur'an inaonekana kuendeleza mtazamo wa kale wa geosentrizimu, jambo linaloleta mashaka ikiwa Allah ni kweli mjuzi wa yote. 🚀🌎

SURA YA 02

Mwendo wa Jua Mara Nyingi Unatajwa Katika Muktadha wa Mchana na Usiku

Uchunguzi Muhimu: Moja ya mambo muhimu ya kutambua ni kwamba Qur'an mara nyingi inazungumzia mwendo wa jua katika muktadha wa mchana na usiku. Qur'an 13:2 ndiyo aya pekee inayotaja mwendo wa jua bila kurejelea mzunguko wa mchana na usiku. Katika sehemu zingine, Qur'an inazungumzia mwendo wa vyombo vya angani kwa njia zinazoweza kueleweka kwa mtazamo wa geosentrizimu, ambapo vyombo vya angani vinaonekana kama vinazunguka Dunia badala ya kueleweka kwa mujibu wa mfumo wa heliosentrizimu.

---

1. Qur'an 21:33 na Qur'an 36:40 – Jua na Mwezi "Vinavyoelea"

Katika aya hizi, Qur'an inaeleza kuwa jua na mwezi vinaelea katika obiti zao:

Qur'an 21:33

"Naye ndiye aliyeumba usiku na mchana, na jua na mwezi. Vyote vinazunguka katika mzunguko (obiti)."
Qur'an 36:40

"Jua haliwezi kumfikia mwezi, wala usiku haurukii mchana. Kila kimoja kinaogelea katika mzunguko wake."

Katika aya hizi, Qur'an inatumia neno "fee falakin" (فِي فَلَكٍ) ambalo linamaanisha mzunguko, nyanja, au obiti. Hata hivyo, tatizo linalojitokeza ni kwamba Qur'an haielezi kuwa Dunia nayo ina mwendo wake wa kuzunguka jua, jambo ambalo lingekuwa na mantiki kisayansi. Badala yake, inatoa taswira ya kwamba jua na mwezi vinaelea kwa namna inayoweza kufasiriwa kuwa vinazunguka Dunia.

✅ Kwa mujibu wa sayansi, jua halielei katika mfumo wa Dunia; badala yake, Dunia ndiyo inayozunguka jua.

❌ Qur'an haielezi mwendo wa Dunia, badala yake inaeleza mwendo wa jua kwa mtazamo unaoweza kufasiriwa kuwa wa geosentrizimu.

---

2. Qur'an 31:29, Qur'an 35:13, Qur'an 36:37-40, na Qur'an 39:5 – Jua na Mwezi "Vinakimbia"

Qur'an pia inaeleza mwendo wa jua na mwezi kwa kutumia maneno yanayoashiria mwendo wa kukimbia au kusonga kwa haraka.
Qur'an 31:29

"Je! Huoni kuwa Mwenyezi Mungu huuingiza usiku katika mchana, na huuingiza mchana katika usiku, na amelidhalilisha jua na mwezi? Kila moja linakwenda mpaka muda uliowekwa."
Qur'an 35:13

"Huufanya usiku uingie katika mchana, na huufanya mchana uingie katika usiku, na ameyadhalilisha jua na mwezi, kila kimoja kinakwenda kwa muda wake uliowekwa."

Qur'an 39:5

"Aliumba mbingu na ardhi kwa haki. Anauzungusha usiku juu ya mchana, na anauzungusha mchana juu ya usiku, naye amelidhalilisha jua na mwezi, kila kimoja kinakwenda kwa muda wake uliowekwa."

Aya hizi zinahusiana na mzunguko wa mchana na usiku, na mara nyingi zinaashiria kwamba jua na mwezi vimewekwa kwa mfumo wa kutii amri ya Mwenyezi Mungu, huku vikikimbia kwa muda uliowekwa. Hata hivyo, tatizo linalojitokeza hapa ni kwamba Qur'an haielezi kuwa mzunguko wa mchana na usiku ni matokeo ya mzunguko wa Dunia kwenye mhimili wake.

✅ Sayansi ya kisasa inathibitisha kuwa mchana na usiku husababishwa na mzunguko wa Dunia kwenye mhimili wake kwa muda wa saa 24.

❌ Qur'an haielezi mzunguko wa Dunia, badala yake inatoa taswira kwamba mwendo wa jua ndio unasababisha mchana na usiku.

---

3. Qur'an 14:33 – Jua na Mwezi Kama Viumbe Vinavyofanya Kazi Daima

Katika Qur'an 14:33, tunasoma:

"Na akavilazimisha jua na mwezi kwa ajili yenu, vikidumu katika mizunguko yao."

Katika aya hii, neno lililotafsiriwa kuwa "constant in their courses" ni "daibayni" (دَآئِبَيْنِ) ambalo linamaanisha "kufanya kazi kwa juhudi, kufuatilia, kushikilia, au kuendelea kufanya kazi".

Kwa hivyo, Qur'an inatoa mtazamo kwamba jua na mwezi vinaendelea katika mwendo wao wa kila siku bila kubadilika, bila kueleza kwa kina jinsi mfumo wa sayari unavyofanya kazi.

☑ Sayansi inaeleza kwamba mwendo wa jua na mwezi unaendeshwa na nguvu ya uvutano (gravity), si kwa "kulazimishwa" au "kushikilia" katika njia zisizobadilika.
✕ Qur'an inatoa mtazamo wa kwamba vyombo vya angani vina mizunguko iliyowekwa bila kueleza nguvu zinazoviongoza, kama vile mvutano wa uvutano.

---

4. Ulinganisho wa Theolojia ya Qur'an na Biblia

Katika Biblia, mwendo wa vyombo vya angani unatajwa kwa njia inayoendana na sayansi ya kisasa:
Zaburi 19:1-6

"Mbingu zahubiri utukufu wa Mungu, na anga latangaza kazi ya mikono yake. Siku moja huiambia siku inayofuata, na usiku mmoja hutangaza habari kwa usiku mwingine. Haina usemi wala maneno, sauti yao haisikiki. Lakini sauti yao imeenea duniani mwote, na maneno yao hata miisho ya ulimwengu. Katika hizo ameliwekea jua hema, ambalo hutoka kama bwana arusi kutoka chumbani mwake, hufurahi kama shujaa apitaye katika njia yake. Kutoka mwisho wa mbingu ndiko maenendo yake, na kuzunguka kwake hata miisho yake, wala hakuna kitu kilichositirika na joto lake."

Katika aya hizi:

☑ Biblia inatambua mwendo wa jua kwa mtazamo wa kihali (phenomenological perspective) bila kudai kuwa ni jua linalozunguka Dunia.

☑ Biblia inathibitisha kuwa mbingu na anga ni kazi ya Mungu na zinafanya kazi kwa mpangilio wake wa kimungu.

☑ Hakuna mtazamo wa geosentrizimu unaoshinikizwa, tofauti na Qur'an.

Baada ya kuchunguza aya mbalimbali za Qur'an kuhusu mwendo wa jua, tunaweza kutoa hitimisho lifuatalo:

☑ Qur'an inazungumzia mwendo wa jua kwa mtazamo wa geosentrizimu, ambapo jua linaonekana kuwa linahusika moja kwa moja na mzunguko wa mchana na usiku.

☑ Biblia haitoi maelezo ya moja kwa moja ya kisayansi kuhusu mwendo wa vyombo vya angani, lakini haikosei kuhusu mfumo wa anga.

✕ Qur'an haielezi kwamba mchana na usiku hutokana na mzunguko wa Dunia, badala yake inatoa mtazamo wa jua linalokimbia au kuelea katika obiti yake.

Kwa hivyo, maelezo ya Qur'an kuhusu mwendo wa jua hayawiani na sayansi ya kisasa, jambo linalothibitisha kuwa Qur'an inaendeleza mtazamo wa geosentrizimu wa karne ya 7 badala ya uhalisia wa heliosentrizimu.

Qur'an 21:33 na 36:40 – Jua, Mwezi, Usiku, na Mchana Vinavyoelea Katika "Falak"

Qur'an inatoa maelezo ya mwendo wa jua, mwezi, mchana, na usiku kwa kutumia neno "falak" (فَلَكٍ), ambalo lina maana mbalimbali zinazohusiana na anga la nyota au kitu kilicho katika umbo la duara au nusu-duara. Katika sura hii, tutachunguza tafsiri, maana ya neno hili, na ufafanuzi wa wanazuoni wa Kiislamu kuhusu aya hizi.

---

1. TAFSIRI YA AYA ZENYE NENO "FALAK"

Qur'an 21:33

"Na Yeye ndiye aliyeumba usiku na mchana, na jua na mwezi. Vyote vinaelea katika mzunguko wa duara."

Kwa neno kwa neno:

- Khalaqa (خلق) = "Aliumba"
- Allayla (الليل) = "Usiku"
- Waalnnahara (والنهار) = "Na mchana"
- Waalshshamsa (والشمس) = "Na jua"
- Waalqamari (والقمر) = "Na mwezi"
- Kullun (كل) = "Vyote"
- Fee (في) = "Ndani ya"

- Falakin (فَلَكٍ) = "Mzunguko wa duara"
- Yasbahoona (يسبحون) = "Wanaogelea"

Qur'an 36:37-40

"Na ishara kwao ni usiku; tunauvua mchana wake, mara wanakuwa gizani. Na jua linapita kuelekea mahali pake pa kupumzika. Hii ni hukumu ya Mwenye nguvu, Mwenye hekima. Na kwa mwezi tumepangia vituo mpaka unakuwa kama kikonyo cha mtende kilichokauka. Jua haliwezi kulifikia mwezi, wala usiku haurukii mchana. Vyote vinaogelea katika mzunguko wao."

Katika aya hizi, Qur'an inasema kuwa jua na mwezi (pamoja na usiku na mchana) vinazunguka katika "falak", neno ambalo linatafsiriwa kama mzunguko wa duara, obiti, au sehemu ya anga inayozunguka.

---

2. MAANA YA "FALAK" NA TAFSIRI YA WANAZUONI WA KIISLAMU

Katika lugha ya Kiarabu, neno "falak" (فَلَكٍ) linahusiana na vyombo vya angani na lina maana mbalimbali, ikiwemo:

- ☑ Mahali pa kuzunguka kwa nyota
- ☑ Nyanja ya mbingu (celestial sphere)
- ☑ Umbo la duara au nusu-duara

Kwa mujibu wa Lane's Lexicon, maana kuu ya falak ni mahali ambapo nyota zinazunguka, lililodhaniwa na Waarabu wa kale kuwa ni nusu-duara (hemisphere) au sehemu ya anga inayozunguka kitu kingine.

📌 Tafsiri ya Ibn 'Abbas (Katika Tafsiri za al-Tabari na Ibn Kathir)

Wanazuoni wa Kiislamu waliotoa tafsiri kuhusu aya hizi walieleza kuwa maana ya "falak" ni kama mzunguko wa duara unaofanana na mwendo wa cherehani ya ufinyanzi inayozunguka (spindle whirl).

1. Ibn 'Abbas:
   - "Jua na mwezi vinaogelea katika falak kama vile cherehani ya ufinyanzi inavyozunguka."
   - Alisema kuwa jua linasafiri angani mchana na linapozama, linaendelea kusafiri chini ya Dunia usiku hadi kuchomoza tena mashariki.
2. Ibn Kathir:
   - "Vyombo hivi vinaendelea kutembea katika njia zao kwa namna kama mwendo wa duara."
3. al-Tabari:
   - Alirejelea dhana ya kuwa falak inaweza kumaanisha mhimili wa anga (celestial pole) au umbo la duara la jiwe la kusaga chuma (iron millstone).

---

3. TAFSIRI YA KISAYANSI NA MATATIZO YAKE

Katika tafsiri ya Qur'an 21:33 na 36:40, kuna matatizo makubwa ya kisayansi:

1. Jua na mwezi havizunguki katika obiti moja
   - Qur'an inaonyesha kuwa jua na mwezi vina "mzunguko wao wa duara" unaofanana, lakini ukweli wa kisayansi ni kwamba:
   - ☑ Mwezi unazunguka Dunia
   - ☑ Dunia inazunguka Jua
   - ☑ Jua halizunguki Dunia
2. Hakuna kitu kinachoelea kwa mtindo wa kuogelea angani

o Qur’an inasema "yasbahoona" (wanaogelea), lakini miili ya angani haisogei kama inavyoelea majini bali inafuata sheria za mvutano wa uvutano (gravity).

3. Hakuna sehemu ya kupumzika kwa jua

o Qur’an 36:38 inasema kuwa jua linakimbilia mahali pake pa kupumzika, lakini jua halina sehemu ya kupumzika; linaendelea kuwaka kupitia mchakato wa nyuklia unaoitwa nuclear fusion.

4. Hakuna msingi wa kisayansi kwamba jua linatembea chini ya Dunia usiku

o Ibn ‘Abbas alieleza kuwa jua linatembea chini ya Dunia usiku, jambo ambalo halilingani na sayansi ya leo.

📌 Hitimisho la Kisayansi:

❌ Qur’an inaeleza mfumo wa sayari kwa mtazamo wa kale wa geosentrizimu badala ya heliocentrizimu.

❌ Hakuna ushahidi wa kisayansi unaothibitisha kuwa jua lina sehemu ya kupumzika.

❌ Dhana ya kuwa jua na mwezi vina obiti moja inayofanana ni kosa la kisayansi.

✅ Sayansi inathibitisha kuwa jua liko katikati ya mfumo wa sayari na Dunia ndiyo inayozunguka jua.

---

4. ULINGANISHO NA BIBLIA

Tofauti na Qur’an, Biblia haidai moja kwa moja kuwa jua linaelea katika mzunguko wa Dunia. Badala yake, Biblia inaeleza uumbaji wa vyombo vya angani kwa namna inayoendana na uhalisia wa kisayansi:

◈ Ayubu 26:7

"Huitandaza kaskazi juu ya mahali pasipo kitu, na kuutundika ulimwengu juu ya si kitu."

☑ Hii inaonyesha kuwa Dunia haishikiliwi na kitu kinachoonekana, jambo linaloendana na mvutano wa uvutano (gravity).

◈ Zaburi 19:4-6

☑ Inatoa maelezo ya kihali bila kudai kuwa jua linazunguka Dunia.

📌 Hitimisho la Kitheolojia:

- Biblia haina maelezo ya kisayansi yanayokosea kuhusu mwendo wa vyombo vya angani.
- Qur'an inaendelea na dhana za kisayansi za kale ambazo hazilingani na sayansi ya kisasa.

---

5. JE, QUR'AN INAFUNDISHA GEOSENTRIZIMU?

☑ Ndiyo, Qur'an inaonyesha geosentrizimu kwa kusema kuwa jua na mwezi vina "ogelea" angani katika njia inayofanana.

✕ Haitaji kuwa Dunia inazunguka jua, jambo ambalo lingeonyesha heliocentrizimu.

✕ Hakuna ushahidi wa kisayansi unaothibitisha kuwa jua lina sehemu ya kupumzika.

☑ Kwa hivyo, Qur'an inaonekana kuwa na makosa ya kisayansi kuhusu mfumo wa sayari.

Kwa kumalizia, Biblia haina makosa ya kisayansi kuhusu anga, lakini Qur'an inatumia mtazamo wa geosentrizimu, jambo linaloonyesha ukosefu wa ujuzi wa hali ya juu wa kisayansi. 🚀🌎

Hakuna Kuitaja Obiti ya Dunia

Wakosoaji wa Qur'an mara nyingi wanabainisha kuwa, ingawa nyota zimetajwa kuwa na "maeneo yaliyowekwa" (mawaqi, Qur'an 56:75), hii si sahihi kisayansi kwa sababu nyota haziwezi kuwa na maeneo yaliyowekwa kwani zinazunguka katika obiti zao au hata kuanguka ndani ya mashimo meusi (*black holes*). Qur'an inazielezea kama zilizo katika maeneo yasiyobadilika kwa sababu zinaonekana hivyo kutoka Dunia, lakini kwa uhalisia, nyota na sayari zote ziko katika mwendo wa daima.

Aidha, Qur'an inataja kwamba mchana, usiku, jua, na mwezi vinaelea katika "falak" (Qur'an 21:33 na 36:40) na inasisitiza kuwa jua na mwezi vina "kimbia katika njia zao", lakini hakuna mahali popote Qur'an inaposema kuwa Dunia nayo ina mwendo wake wa obiti.

---

1. QUR'AN HAITAJI KWAMBA DUNIA INAZUNGUKA JUA

Katika mtazamo wa kisayansi, tunajua kuwa Dunia inazunguka Jua katika obiti ya mviringo kwa muda wa siku 365.25. Hii ndio sababu tunapata misimu minne ya mwaka: majira ya machipuko (*spring*), kiangazi (*summer*), mapukutiko (*autumn/fall*), na baridi (*winter*).

Kwa mantiki hiyo, ikiwa Qur'an ni ufunuo wa Mungu wa kweli, tungetarajia kwamba ingeeleza wazi kuwa Dunia inazunguka jua, lakini:

☑ Qur'an haitaji kuwa Dunia inazunguka Jua

☑ Badala yake, Qur'an inazungumzia mwendo wa jua na mwezi pekee, jambo linaloonyesha mtazamo wa geosentrizimu.

☑ Hakuna sehemu yoyote Qur'an inasema kuwa Dunia iko katika mwendo wa mzunguko.

---

2. MAANA YA NENO "KULLUN" (VYOTE) KATIKA QUR'AN 21:33 NA 36:40

Baadhi ya wafuasi wa Qur'an wanapendekeza kuwa neno "kullun" (كلٌّ) katika Qur'an 21:33 na Qur'an 36:40 linamaanisha "vyote," yaani, linahusisha nyota, sayari, na hata Dunia yenyewe kuwa inazunguka katika "falak".

Hata hivyo, wakosoaji wa Qur'an wanasema kuwa:

1. Aya zenyewe tayari zinataja kwa majina vyombo vinavyohusika – jua, mwezi, mchana, na usiku. Hakuna mahali Qur'an inapotaja Dunia kuwa ina mwendo wake.

2. Katika Qur'an, jua na mwezi vinatajwa kama vyombo vyenye mwendo wa wazi, lakini Dunia haijatajwa popote kuwa inazunguka jua.

📌 Hitimisho:

- Qur'an haifundishi heliocentrizimu kwa kutaja moja kwa moja kwamba Dunia inazunguka jua.
- Neno "kullun" linamaanisha tu jua, mwezi, mchana, na usiku, si Dunia.

---

3. UHALISIA WA KISAYANSI WA NYOTA NA SAYARI KATIKA OBITI

Katika ulimwengu, si nyota zote wala sayari zote ziko katika obiti za mviringo. Sayansi ya kisasa inafunua kuwa kuna miili ya angani inayofuata njia za hyperbolic na parabolic badala ya njia za duara.

A. Nyota na Sayari Zisizo Katika Obiti

🔹 Nyota na sayari zilizotolewa nje ya mifumo yao ya jua au galaksi husafiri kwa mwendo wa mstari usio wa duara, kwa sababu zimefukuzwa kutokana na nguvu ya mvutano kutoka kwa miili mingine ya angani.

🔹 Nyota za Intergalactic (Nyota zinazosafiri kati ya galaksi) – Wataalamu wa anga wamegundua nyota ambazo zimeondolewa kutoka galaksi zao na sasa zinatembea katika anga kati ya galaksi bila kufuata obiti yoyote maalum.

📌 Matokeo ya Kisayansi:

✅ Nyota na sayari nyingi zinazingatia sheria za mvutano wa Newton na Einstein, na si zote ziko katika mzunguko wa duara.

☑ Qur'an inasema kuwa vyombo vyote vya angani vina "mzunguko wa falak," lakini sayansi inathibitisha kuwa hii si sahihi kwa nyota na miili mingine ya angani.

☑ Hii inathibitisha kuwa Qur'an haikuwa na ujuzi wa kina wa jinsi anga linavyofanya kazi.

---

4. ULINGANISHO WA KITHEOLOJIA KATI YA QUR'AN NA BIBLIA

Katika Biblia, Mungu anahusishwa na maarifa ya juu kuhusu uumbaji wake.

Ayubu 26:7

"Huitandaza kaskazi juu ya mahali pasipo kitu, na kuutundika ulimwengu juu ya si kitu."

☑ Hii inaonyesha kuwa Dunia iko katika nafasi ya anga bila kushikiliwa na kitu kinachoonekana, jambo linalolingana na ukweli wa kisayansi kuhusu mvutano wa uvutano (gravity).

Isaya 40:22

"Yeye ndiye aketiye juu ya duara ya dunia, na watu wakaao ndani yake ni kama panzi."

☑ Biblia inataja Dunia kuwa na umbo la duara, jambo linaloendana na ukweli wa kisayansi.

📌 Hitimisho la Kitheolojia:

- Biblia haina makosa ya kisayansi kuhusu nafasi ya Dunia katika ulimwengu.
- Qur'an haifundishi heliocentrizimu moja kwa moja, na haielezi mwendo wa Dunia kwa usahihi.
- Hii inaonyesha kuwa Mungu wa Biblia ana ujuzi wa hali ya juu, lakini Qur'an inakosa maelezo ya kisayansi sahihi kuhusu nafasi ya Dunia.

---

5. HITIMISHO: JE, QUR'AN INAKIRI KUWA DUNIA INA MWENDO?

Baada ya uchambuzi wa kina, tunaweza kuhitimisha kuwa:

✅ Qur'an haijataja popote kuwa Dunia inazunguka jua.

✅ Qur'an inasema kuwa jua na mwezi vinaelea katika "falak," lakini haionyeshi mwendo wa Dunia.

✅ Kwa mujibu wa sayansi ya kisasa, Dunia iko katika mwendo wa kuzunguka jua, lakini Qur'an haizungumzii jambo hili.

✅ Biblia haifundishi geosentrizimu moja kwa moja, na baadhi ya aya zake zinaweza kueleweka kwa mujibu wa heliocentrizimu.

Kwa hivyo, Biblia inalingana na sayansi zaidi kuliko Qur'an kuhusu nafasi ya Dunia katika ulimwengu, jambo linaloonyesha kuwa Mungu wa Biblia ana ujuzi wa kweli wa kisayansi, tofauti na Qur'an ambayo inaonyesha mtazamo wa kale wa geosentrizimu. 🚀🌍

Tafsiri ya Obiti ya Galaksi katika Qur'an

Wanafunzi wa Kiislamu wa kisasa mara nyingi wamedai kuwa marejeo ya Qur'an kuhusu mwendo wa jua yanahusu mzunguko wake ndani ya galaksi yetu ya Njia Nyeupe (Milky Way) badala ya kuwa mwendo wa geosentrizimu (ambapo jua linaaminika kuzunguka Dunia).

Hata hivyo, wakosoaji wamebainisha kuwa mtazamo huu una matatizo makubwa ya kisayansi na kitheolojia, kama tutakavyoeleza katika sehemu hii.

---

1. TATIZO LA KISAYANSI: MZUNGUKO WA JUA KATIKA GALAKSI HAUNA UHUSIANO NA MUDA WA BINADAMU

Katika sayansi ya anga, tunajua kwamba jua linazunguka katikati ya galaksi ya Njia Nyeupe kwa kipindi cha takriban miaka milioni 225. Hii inaitwa mzunguko wa galaksi (galactic orbit).

✎ Tatizo kuu la kisayansi ni kwamba:

- Mzunguko huu hauna uhusiano wowote wa moja kwa moja na mzunguko wa kila siku wa mchana na usiku ambao Qur'an inazungumzia mara kwa mara.
- Qur'an haitaji kuwa mzunguko wa jua ni wa miaka milioni 225, badala yake inahusianisha mwendo wa jua na mchana na usiku, jambo ambalo linapinga tafsiri ya mzunguko wa galaksi.
- Ikiwa Qur'an ilikuwa inazungumzia mzunguko wa galaksi, tungetegemea ieleze kuwa Dunia pia inazunguka katikati ya galaksi, lakini hakuna mahali Qur'an inasema hivyo.

---

2. TATIZO LA MWENDO WA MFUMO WOTE WA JUA (SOLAR SYSTEM)

Wakosoaji wanahoji kuwa ikiwa jua linazunguka katikati ya galaksi, basi mfumo mzima wa sayari unaofuatana na jua – ikiwemo Dunia na mwezi – unapaswa pia kuzingatiwa katika mzunguko huo.

✎ Kwa nini hili ni tatizo kwa Qur'an?

1. Qur'an inataja mwendo wa jua na mwezi kama vitu viwili tofauti
    - Katika Qur'an 36:37-40, inasema kuwa mwezi unaelea katika "falak" yake, lakini haifafanui kuwa mwezi unazunguka pamoja na mfumo mzima wa sayari.
    - Ikiwa jua linazunguka galaksi, basi kwa mantiki hiyo mwezi pia unazunguka galaksi, lakini Qur'an haitaji hilo.

2. Qur'an inaonyesha kuwa mwendo wa mwezi unahusiana na mzunguko wake wa kila mwezi (lunar phases)

- Qur'an inasema kuwa mwezi unapita katika vituo mbalimbali mpaka unakuwa kama kikonyo cha mtende kilichokauka (Qur'an 36:39).
- Hii inaonyesha kuwa Qur'an haizungumzii mzunguko wa mwezi ndani ya galaksi, bali inazungumzia mzunguko wa kila mwezi wa mwandamo wa mwezi.
- Ikiwa Qur'an inazungumzia obiti ya galaksi, basi nadharia ya mwezi "kuogelea katika falak" inakuwa na mgongano wa kimantiki.

3. Sayari zote katika mfumo wa jua pia zinazunguka galaksi, lakini Qur'an haizitambui

- Ikiwa Qur'an ilikuwa inazungumzia mzunguko wa jua ndani ya galaksi, basi inapaswa pia kutaja kwamba Dunia na sayari nyingine pia zinafuata mzunguko huo.
- Badala yake, Qur'an haielezi chochote kuhusu mwendo wa Dunia katika mfumo wa jua wala mwendo wake katika galaksi.

---

3. TATIZO LA KITHEOLOJIA: KWA NINI QUR'AN HAIFAFANUI MZUNGUKO WA DUNIA?

Katika Biblia, kuna aya zinazoweza kueleweka kwa mtazamo wa heliocentrizimu, lakini Qur'an haielezi mzunguko wa Dunia kwa njia yoyote.

Biblia Inavyotaja Mwendo wa Dunia

✅ Ayubu 26:7 – *"Huitandaza kaskazi juu ya mahali pasipo kitu, na kuutundika ulimwengu juu ya si kitu."*

- Hii inaonyesha kwamba Dunia inashikiliwa katika nafasi bila kitu kinachoonekana, jambo linalolingana na mvutano wa uvutano (gravity).

☑ Isaya 40:22 – *"Yeye ndiye aketiye juu ya duara ya dunia, na watu wakaao ndani yake ni kama panzi."*

- Hii inaonyesha kuwa Dunia ni duara, jambo ambalo Qur'an haifafanui kwa uwazi.

📌 Tatizo la Kitheolojia Kwa Qur'an

- Ikiwa Allah ni mjuzi wa yote, kwa nini Qur'an inashindwa kueleza mwendo wa Dunia katika mfumo wa jua?
- Kwa nini Qur'an inataja mwendo wa jua na mwezi lakini haitaji kwamba Dunia pia ina mwendo wa obiti?
- Je, hii inamaanisha kuwa Qur'an ina mtazamo wa kisayansi wa kale wa geosentrizimu badala ya heliocentrizimu?

---

4. HITIMISHO: JE, TAFSIRI YA OBITI YA GALAKSI INA MANTIKI?

Baada ya kuchunguza hoja zote, tunaweza kusema kuwa tafsiri ya kisasa ya baadhi ya wanazuoni wa Kiislamu kuhusu mzunguko wa jua ndani ya galaksi ina matatizo makubwa ya kisayansi na kitheolojia:

☑ Jua kweli linazunguka katikati ya galaksi yetu ya Njia Nyeupe kwa miaka milioni 225, lakini hii haionekani kuwa ndiyo Qur'an inazungumzia.

✗ Qur'an mara nyingi inahusianisha mwendo wa jua na mchana na usiku, jambo ambalo halihusiani na mzunguko wa galaksi.

✗ Ikiwa Qur'an ilikuwa inazungumzia obiti ya galaksi, basi ingeonyesha pia kuwa Dunia inazunguka jua na kwamba mwezi unazunguka galaksi – lakini Qur'an haitaji hilo.

❌ Tafsiri hii inaonekana kuwa jaribio la kuoanisha Qur'an na sayansi ya kisasa, lakini haiendani na muktadha wa Qur'an yenyewe.

📌 Mwisho:

- Tafsiri ya mzunguko wa jua katika galaksi ni mbinu ya kisasa inayotumiwa kujaribu kuoanisha Qur'an na sayansi ya kisasa.
- Hata hivyo, Qur'an yenyewe haionyeshi kuwa ina ujuzi wa heliocentrizimu, na bado inashindwa kueleza mwendo wa Dunia katika mfumo wa jua.
- Kwa hivyo, tafsiri ya mzunguko wa galaksi haiondoi ukweli kwamba Qur'an ina mtazamo wa geosentrizimu badala ya heliocentrizimu. 🚀🌍

SURA YA 03

Qur'an 31:29 na 13:2 – Mwendo wa Jua Uko Wazi na Ni Ishara

Wakosoaji wa tafsiri ya obiti ya galaksi katika Qur'an wamedai kuwa mwandishi wa Qur'an anaeleza mwendo wa jua na mwezi kwa namna ambayo wasikilizaji wake walitarajiwa kuuona na kuutafsiri kama ishara ya Mungu. Kwa sababu hiyo, hawaoni uwezekano wa kuwa Qur'an ilikuwa inarejelea mwendo wa jua katika galaksi ya Njia Nyeupe (Milky Way), kwani mwendo huo hauwezi kuonekana kwa macho ya kawaida.

---

1. QUR'AN 31:29 – JE, HATUONI MWENDO WA JUA NA MWEZI?

Katika Qur'an 31:29, tunasoma:

"Je! Huoni kuwa Mwenyezi Mungu huuingiza usiku katika mchana, na huuingiza mchana katika usiku, na

amelidhalilisha jua na mwezi, kila moja linakwenda kwa muda uliowekwa? Na hakika Mwenyezi Mungu anayajua yote mnayoyatenda."

Katika aya hii:

☑ Qur'an inahimiza watu wa karne ya 7 kutazama mwendo wa jua na mwezi kama ishara ya Mungu.

☑ Maneno "Je! Huoni?" (أَلَمْ تَرَ - Alam Tara) yanaonyesha kuwa mwendo wa jua na mwezi ni kitu kinachoweza kuonekana kwa macho ya kawaida.

☑ Hii inamaanisha kwamba Qur'an inazungumzia mwendo wa jua na mwezi unaoonekana kila siku, si mwendo wake wa miaka milioni 225 katika galaksi.

📌 Tatizo la Kisayansi:

- Jua kweli linatembea katika galaksi yetu, lakini mwendo wake hauwezi kuonekana kwa macho ya kawaida.
- Ikiwa Qur'an ilikuwa inarejelea mwendo wa galaksi, haingeweza kusema "Je! Huoni?" kwa sababu waumini wa karne ya 7 hawangeweza kuuona.
- Hili linathibitisha kuwa Qur'an inazungumzia mwendo wa jua kwa mtazamo wa geosentrizimu, si kwa mtazamo wa kisasa wa heliocentrizimu.

---

2. QUR'AN 13:2 – ISHARA ZA MUNGU ZINAFAFANULIWA KWA UFAHAMU WA KARNE YA 7

Katika Qur'an 13:2, tunasoma:

"Mwenyezi Mungu ndiye aliye ziinua mbingu bila nguzo mnazoziona, kisha akatawala juu ya Arshi, na akalitiisha jua na mwezi. Kila kimoja kinakwenda mpaka muda uliowekwa. Anayapanga mambo yote, na anazieleza Aya kwa uzuri ili mpate kuwa na yakini katika mkutano wa Mola wenu."

📌 Mambo Muhimu Katika Aya Hii:

1. Jua na mwezi vinaelezewa kuwa na mwendo wao wa kawaida hadi mwisho wa muda uliowekwa.
2. Maneno "Anazieleza Aya kwa uzuri ili mpate kuwa na yakini" yanaonyesha kuwa Qur'an inawapa watu wa wakati huo (karne ya 7) maarifa wanayoweza kuelewa.
3. Ikiwa Qur'an ilikuwa inazungumzia mzunguko wa jua katika galaksi, basi uelewa huu haungewezekana kwa watu wa karne ya 7.

✅ Hitimisho:

- Kwa sababu Qur'an inasema kuwa maelezo haya ni ishara kwa waumini wa wakati huo, basi lazima iwe inazungumzia mwendo wa jua unaoonekana kila siku.
- Hii inathibitisha kuwa Qur'an haikuwa inazungumzia mzunguko wa jua katika galaksi, bali ilikuwa inarejelea mtazamo wa watu wa karne ya 7 – yaani, geosentrizimu.

---

3. QUR'AN 36:38 – JE, JUA LINAKWENDA MAHALI PAKE PA KUPUMZIKA?

Katika Qur'an 36:38, tunasoma:

"Na jua linakwenda kwa kituo chake. Hii ni hukumu ya Mwenye nguvu, Mwenye hekima."

✅ Aya hii inasema kuwa jua linakimbia kuelekea mahali fulani pa kupumzika (mustaqarrin laha - مُسْتَقَرٍّ لَهَا).

✅ Hii ni tafsiri ya wazi ya mwendo wa jua unaoonekana kila siku, ambapo jua linachomoza mashariki na kutua magharibi.

✅ Haizungumzii mwendo wa miaka milioni 225 wa jua katika galaksi, ambao hauwezi kuonekana kwa macho ya kawaida.

📌 Tatizo la Kisayansi:

- Jua halina sehemu ya kupumzika. Linaendelea kuchoma kwa mchakato wa nyuklia unaoitwa *nuclear fusion*.
- Kwa hivyo, Qur'an inatoa mtazamo wa watu wa karne ya 7 waliodhani kuwa jua linapumzika mahali fulani usiku.

---

4. JE, TAFSIRI YA KISASA YA MZUNGUKO WA GALAKSI INAPINGANA NA QUR'AN?

Kwa kuangalia aya hizi, tunaweza kuona kuwa Qur'an mara nyingi inazungumzia mwendo wa jua kwa mtazamo wa macho wa binadamu, si kwa mtazamo wa kisayansi wa leo.

📌 Mambo Muhimu:

1. Qur'an inasema "Je! Huoni?" – Hii inaonyesha kuwa mwendo wa jua na mwezi unapaswa kuwa kitu kinachoonekana kwa macho.
2. Ikiwa Qur'an ilikuwa inazungumzia obiti ya galaksi, basi haingeweza kusema "Je! Huoni?" kwa sababu watu wa karne ya 7 hawangeweza kuuona mwendo huo.
3. Qur'an inasema kuwa maelezo haya ni ishara kwa waumini wa wakati huo ili kuwaimarisha katika imani. Lakini ikiwa ilimaanisha obiti ya galaksi, basi maelezo hayo hayakuwa na maana kwao, kwa sababu sayansi hiyo haikujulikana hadi miaka 1400 baadaye.

✅ Hii inaonyesha kuwa Qur'an inazungumzia mwendo wa jua unaoonekana kila siku, si mwendo wake katika galaksi.

---

5. QUR'AN INATHIBITISHA GEOSENTRIZIMU, SI HELIOCENTRIZIMU

Baada ya uchambuzi wa kina wa aya hizi, tunaweza kusema kuwa:

☑ Qur'an inahusisha mwendo wa jua na mwezi na mchana na usiku, jambo linaloonyesha kuwa inazungumzia mwendo wa kila siku unaoonekana kwa macho.

☑ Qur'an haitaji popote kuwa Dunia inazunguka jua.

☑ Maneno "Je! Huoni?" yanathibitisha kuwa Qur'an inazungumzia mwendo wa jua unaoonekana, si mwendo wa galaksi.

☑ Qur'an inaeleza mwendo wa jua kwa mtazamo wa watu wa karne ya 7, ambao waliamini kuwa jua linazunguka Dunia.

🚀 Kwa hivyo, Qur'an inathibitisha mtazamo wa geosentrizimu badala ya heliocentrizimu. 🚀

Biblia, kwa upande mwingine, haitoi makosa ya kisayansi kuhusu mwendo wa vyombo vya angani, jambo linaloonyesha kuwa Mungu wa Biblia anaelewa sayansi ya kweli, lakini Qur'an inaendelea na mtazamo wa zamani wa geosentrizimu. 📖✨

Yeye Amelidhalilisha Jua na Mwezi! Kila Kimoja Kinakimbia kwa Muda Uliowekwa

Katika Qur'an, kuna aya kadhaa zinazoeleza kwamba jua na mwezi vimewekwa chini ya mamlaka ya Mungu na vinakimbia katika njia zao kwa muda uliopangwa. Hii inatajwa kuwa ishara (آيات - *āyāt*) kwa wanadamu ili waamini katika mkutano wao na Mungu.

Katika sura hii, tutachunguza tafsiri ya Qur'an 13:2 na Qur'an 36:37-40, tutaelewa maana ya maneno yaliyotumika, na kisha tutapambanua ikiwa aya hizi zinaeleza mwendo wa jua kwa usahihi wa kisayansi au zinadokeza mtazamo wa geosentrizimu.

---

1. QUR'AN 13:2 – JUA NA MWEZI VIMEDHALILISHWA NA VINAKIMBIA KWA MUDA ULIOWEKWA

Katika Qur'an 13:2, tunasoma:

"Mwenyezi Mungu ndiye aliye ziinua mbingu bila nguzo mnazoziona, kisha akatawala juu ya Arshi, na akalitiisha jua na mwezi. Kila kimoja kinakwenda mpaka muda uliowekwa. Anayapanga mambo yote, na anazieleza Aya kwa uzuri ili mpate kuwa na yakini katika mkutano wa Mola wenu."

Maana ya Maneno Muhimu Katika Aya Hii:

- Yudabbiru (يُدَبِّرُ) = Yeye anapanga, anasimamia, anadhibiti.
- Al-amra (الأَمْرَ) = Mambo yote, masuala, mpangilio wa ulimwengu.
- Yufassilu (يُفَصِّلُ) = Anafafanua kwa undani, anaeleza kwa kina.
- Al-āyāti (الآيَاتِ) = Ishara, dalili, maonyesho ya uweza wa Mungu.
- La-allakum (لَعَلَّكُمْ) = Ili mpate / kwa matumaini kwamba.
- Biliqai (بِلِقَاءِ) = Kuhusu mkutano.
- Rabbikum (رَبِّكُمْ) = Mola wenu.
- Tūqinūna (تُوقِنُونَ) = Muwe na yakini, muwe na uhakika.

🖈 Uchambuzi wa Kisayansi na Kitheolojia:

- Qur'an inasema kuwa jua na mwezi vinakimbia kwa muda uliowekwa, lakini haifafanui kwa uwazi ni mwendo gani inazungumzia.
- Ikiwa Qur'an ilimaanisha heliocentrizimu (Dunia inazunguka jua), tungetegemea ieleze pia mwendo wa Dunia, lakini hakuna mahali Qur'an inasema hivyo.
- Maneno haya yanatoa mtazamo wa kwamba jua na mwezi vinatembea kwa njia zao wenyewe, jambo linaloelekea kufuatana na mtazamo wa geosentrizimu.

2. QUR'AN 36:37-40 – JUA LINAKIMBIA KUELEKEA MAHALI PAKE PA KUPUMZIKA

Katika Qur'an 36:37-40, tunasoma:

"Ishara kwao ni usiku; tunauvua mchana wake, mara wanakuwa gizani. Na jua linapita kuelekea mahali pake pa kupumzika. Hii ni hukumu ya Mwenye nguvu, Mwenye hekima. Na kwa mwezi tumepangia vituo mpaka unakuwa kama kikonyo cha mtende kilichokauka. Jua haliwezi kumfikia mwezi, wala usiku haurukii mchana. Vyote vinaogelea katika mzunguko wao."

Uchambuzi wa Kisayansi:

1. Qur'an inasema kuwa jua lina "mahali pa kupumzika" (mustaqarrin laha - مُسْتَقَرٍّ لَّهَا).
    - Sayansi inathibitisha kuwa jua halina sehemu ya kupumzika; linaendelea kuwaka kupitia fusion ya nyuklia.
    - Hii inathibitisha kuwa Qur'an inazungumzia mwendo wa jua kwa mtazamo wa macho wa binadamu wa karne ya 7, si kwa uhalisia wa kisayansi.
2. Qur'an inahusisha mwendo wa jua na mchana na usiku, jambo ambalo linadokeza geosentrizimu.
    - Ikiwa Qur'an ilikuwa inazungumzia mwendo wa jua katika galaksi, basi haingehusisha mwendo wake na mzunguko wa kila siku wa mchana na usiku.
    - Mchana na usiku husababishwa na mzunguko wa Dunia kwenye mhimili wake, si mwendo wa jua.
3. Qur'an inasema kuwa vyombo hivi vinaelea katika "falak" yao.
    - Neno "falak" (فَلَكٍ) linaweza kumaanisha obiti au mzunguko wa duara,

lakini Qur'an haifafanui kuwa Dunia pia ina mwendo wa obiti.

- Kwa sababu Qur'an inasema kuwa vyombo hivi vina "ogelea" angani, inamaanisha kuwa vipo huru kutembea, badala ya kuelezea kwa usahihi mfumo wa heliocentrizimu.

---

3. MAANA YA "YAJREE" (يَجْرِى) – JUA LINAKIMBIA?

Katika aya hizi, Qur'an inatumia neno "yajree" (يَجْرِى) kuelezea mwendo wa jua.

📌 Maana ya Neno "Yajree":

- Katika Kiarabu cha Klasiki, neno hili lilitumiwa kuelezea mwendo wa kimwili wa vyombo vya angani.
- Katika Qur'an 31:31, neno hili limetumika kuelezea meli zinazovuka bahari, ikimaanisha mwendo wa kusonga mbele kwa kitu kinachoonekana.
- Kwa hivyo, Qur'an inazungumzia mwendo wa jua unaoonekana kwa macho, si mwendo wake katika galaksi.

✅ Kwa sababu Qur'an inatumia neno "yajree" (linakimbia) kwa jua, inaonyesha kuwa inazungumzia mwendo wake unaoonekana kila siku, si mwendo wa galaksi.

- Hii inaonyesha kuwa Qur'an inazungumzia geosentrizimu badala ya heliocentrizimu.

---

4. QUR'AN INATHIBITISHA MTAZAMO WA GEOSENTRIZIMU

Baada ya uchambuzi wa kina wa aya hizi, tunaweza kusema kuwa:

☑ Qur'an inaeleza mwendo wa jua na mwezi kama kitu kinachoonekana kwa macho ya kawaida, jambo ambalo linadokeza geosentrizimu.

☑ Qur'an haielezi mwendo wa Dunia katika mfumo wa jua, jambo ambalo lingeweza kuthibitisha heliocentrizimu.

☑ Qur'an inasema kuwa jua lina sehemu ya kupumzika, jambo ambalo si sahihi kisayansi.

☑ Neno "yajree" linamaanisha mwendo wa wazi wa kimwili unaoonekana kwa macho, si mwendo wa miaka milioni 225 wa jua katika galaksi.

📌 Kwa hivyo, Qur'an haithibitishi heliocentrizimu, bali inaendeleza mtazamo wa geosentrizimu wa karne ya 7. 🚀🌍

Biblia Inaeleza Vyombo vya Angani Kwa Usahihi Zaidi

☑ Ayubu 26:7 – *"Huitandaza kaskazi juu ya mahali pasipo kitu, na kuutundika ulimwengu juu ya si kitu."*

☑ Isaya 40:22 – *"Yeye ndiye aketiye juu ya duara ya dunia."*

📌 Hii inaonyesha kuwa Mungu wa Biblia ana ujuzi wa kweli wa kisayansi, lakini Qur'an inashikilia mtazamo wa kale wa geosentrizimu. 📖✨

Wakosoaji Wanadai Kuwa Qur'an 25:45

Inathibitisha Mwendo wa Jua

Baadhi ya wakosoaji wanadai kuwa Qur'an 25:45 inatoa maoni yasiyo ya moja kwa moja kuhusu mwendo wa jua, na inathibitisha mtazamo wa geosentrizimu, ambao unajirudia mara nyingi katika Qur'an.

---

1. QUR’AN 25:45 – JE, MOLA WAKO HAKUFANYA KIVULI KIENEZWE?

Katika Qur’an 25:45, tunasoma:

"Je! Huoni jinsi Mola wako alivyoeneza kivuli? Na lau angalitaka angelifanya kisimame tuli. Kisha tukakifanya jua kuwa ni kiongozi wake."

Kwa neno kwa neno:

- Ash-shamsa (الشَّمْسَ) = Jua
- ‘Alayhi (عَلَيْهِ) = Kwa ajili yake
- Dalilaan (دَلِيلًا) = Kiongozi, dalili au kiashiria

🖈 Maana ya Aya Hii:

- Qur’an inasema kuwa kivuli kipo kwa sababu Mungu amekieneza, na jua limefanywa kuwa "kiongozi wake"
- Hii inamaanisha kuwa kivuli kinabadilika kwa sababu ya mwendo wa jua, si kwa sababu ya mzunguko wa Dunia.
- Ikiwa Qur’an ingeandika kwa usahihi wa kisayansi, ingetaja kuwa mzunguko wa Dunia ndio chanzo cha mabadiliko ya kivuli, lakini badala yake, inaeleza kuwa jua ndilo linalosababisha mwendo wa kivuli.

---

2. SAYANSI YA KIVULI: KWA NINI QUR’AN INAONEKANA KUDOKEZA GEOSENTRIZIMU?

Katika uhalisia wa kisayansi, kivuli hutokea pale mwanga wa jua unapozuiwa na kitu kingine. Lakini ukubwa wa kivuli hautegemei mwendo wa jua bali hutegemea mzunguko wa Dunia.

A. Jinsi Kivuli Kinavyobadilika

◈ Sayansi ya kisasa inathibitisha kuwa kivuli hubadilika kwa sababu ya mzunguko wa Dunia, si mwendo wa jua.

◈ Dunia inazunguka kwenye mhimili wake kwa muda wa saa 24, jambo linalosababisha mwendo wa jua unaoonekana kutoka mashariki kwenda magharibi.

◈ Ikiwa Dunia isingezunguka, basi kivuli kingebaki katika sehemu moja, lakini Qur'an haisemi hivyo.

Tatizo la Kisayansi:

- Qur'an inatoa maelezo yanayoonyesha kuwa jua linahusika moja kwa moja na mwendo wa kivuli, jambo ambalo linapingana na ukweli wa kisayansi kwamba ni mzunguko wa Dunia unaosababisha mabadiliko ya kivuli.
- Ikiwa jua lingewekwa katika nafasi moja bila kusonga, kivuli kingebadilika bado kwa sababu ya mzunguko wa Dunia, lakini Qur'an haielezi jambo hili.
- Hii inaonyesha kuwa Qur'an inafundisha mtazamo wa geosentrizimu, ambapo inaonekana kudhani kuwa jua linahusika moja kwa moja na mwendo wa kivuli, badala ya kuelewa kuwa ni Dunia inayozunguka.

---

3. UHUSIANO KATI YA KIVULI NA SALA YA ASR

Katika Uislamu, muda wa sala ya Asr unatokana na urefu wa kivuli cha kitu, jambo linaloonyesha kuwa Waislamu wa karne ya 7 walitegemea mwelekeo wa jua ili kujua wakati wa ibada zao.

Hili linaonyesha nini?

- Matumizi ya kivuli katika kuamua muda wa sala yanadhihirisha kuwa Waislamu wa wakati huo walikuwa na mtazamo wa geosentrizimu.
- Ikiwa wangejua kuwa ni Dunia inayozunguka badala ya jua kusonga, basi wangeweza kutumia saa za kisayansi badala ya mwendo wa kivuli.

- Hii inathibitisha kuwa Qur'an inaendana na mtazamo wa kisayansi wa kale wa geosentrizimu badala ya heliocentrizimu.

---

4. QUR'AN NA BIBLIA: JE, MUNGU WA KWELI ANGEWEZA KUTOA MAELEZO YENYE MAKOSA YA KISAYANSI?

Katika Biblia, kuna maelezo ya kisayansi yanayoweza kueleweka kwa mtazamo wa kweli wa sayansi ya anga:

☑ Ayubu 26:7 – *"Huitandaza kaskazi juu ya mahali pasipo kitu, na kuutundika ulimwengu juu ya si kitu."*

📌 Hii inaonyesha kuwa Dunia iko angani bila kitu kinachoishikilia, jambo linalothibitishwa na sayansi ya kisasa ya mvutano wa uvutano (*gravity*).

☑ Isaya 40:22 – *"Yeye ndiye aketiye juu ya duara ya dunia."*

📌 Hii inaonyesha kuwa Biblia ilitambua kuwa Dunia ni ya mviringo, tofauti na Qur'an ambayo haifafanui jambo hili kwa uwazi.

📌 Hitimisho la Kitheolojia:

- Biblia haitoi maelezo yenye makosa ya kisayansi kuhusu kivuli na mwendo wa Dunia.
- Qur'an inaonyesha mtazamo wa geosentrizimu kwa kusema kuwa mwendo wa kivuli unategemea jua, badala ya kueleza kuwa ni Dunia inayozunguka.
- Hii inaonyesha kuwa Qur'an haikutoka kwa Mungu mwenye ujuzi wote, kwa sababu Mungu wa kweli hangetoa maelezo yasiyo sahihi ya kisayansi.

---

5. JE, QUR'AN INATHIBITISHA GEOSENTRIZIMU?

Baada ya kuchunguza Qur'an 25:45 na dhana ya kivuli, tunaweza kusema kuwa:

✅ Qur'an inasema kuwa mwendo wa kivuli unasababishwa na mwendo wa jua, jambo ambalo ni kosa la kisayansi.

✅ Qur'an haielezi kuwa ni mzunguko wa Dunia unaosababisha mwendo wa kivuli, jambo ambalo lingethibitisha heliocentrizimu.

✅ Maelezo ya Qur'an yanaendana na mtazamo wa watu wa karne ya 7 waliodhani kuwa jua linahusika moja kwa moja na mabadiliko ya kivuli.

✅ Hii inathibitisha kuwa Qur'an inaendeleza mtazamo wa geosentrizimu badala ya heliocentrizimu.

🚀 Kwa hivyo, Qur'an inathibitisha mtazamo wa kale wa kisayansi wa geosentrizimu, jambo linaloonyesha kuwa haikuwa na ujuzi wa hali ya juu wa sayansi ya kweli. 🚀

📖 Kwa upande mwingine, Biblia haitoi makosa ya kisayansi kuhusu mwendo wa Dunia, jambo linaloonyesha kuwa Mungu wa Biblia anaelewa sayansi ya kweli, lakini Qur'an inaendeleza mtazamo wa kale wa geosentrizimu. 📖✨

SURA YA 04

Qur’an 91:1-2 – Mwezi Humfuata Jua

Katika Qur’an 91:1-2, inasomeka:

"Na kwa jua na mwangaza wake, na kwa mwezi unapomfuata."

Tafsiri ya Maneno Muhimu:

- Waalshshamsi (وَالشَّمْسِ) = Na jua
- Waduhaha (وَضُحَاهَا) = Na mwangaza wake
- Waalqamari (وَالْقَمَرِ) = Na mwezi
- Itha talaha (تَلَاهَا إِذَا) = Unapomfuata

Katika mtazamo wa wakosoaji wa Qur’an, aya hii inaonyesha kuwa mwezi unafuata mwendo wa jua, jambo ambalo linaweza kuashiria kuwa Qur’an inaendeleza mtazamo wa geosentrizimu.

1. MAANA YA "MWEZI HUMFUATA JUA" KATIKA QUR’AN

Kwa mujibu wa Qur’an 91:2, mwezi unafuata jua. Hili linaweza kufasiriwa kwa njia kadhaa:

1. Tafsiri ya Kawaida:

- Jua linachomoza asubuhi na kutoa mwangaza wake.
- Mwezi hutokea usiku baada ya jua kuzama, kwa hiyo "unafuata" mwanga wa jua.
- Hii ni tafsiri inayotegemea mtazamo wa macho wa mwanadamu wa kawaida.

2. Tafsiri ya Kisayansi:
   - Kisayansi, mwezi hauufuati jua katika mwendo wake.
   - Badala yake, mwezi huzunguka Dunia kila mwezi, huku Dunia ikizunguka jua kwa muda wa mwaka mmoja.
   - Mwanga wa mwezi ni mwanga wa jua unaoakisiwa na uso wa mwezi.

📌 Tatizo la Kisayansi:

- Mwezi hauna mwendo wa moja kwa moja wa kumfuata jua.
- Ikiwa Qur'an ilikuwa inajua ukweli wa kisayansi, ingetaja kuwa mwezi huzunguka Dunia, badala ya kusema kuwa unafuata jua.

---

2. TAFSIRI YA NENO "TALAHA" (تَلَاهَا) – MWEZI UNAFUATA JUA?

Katika Kiarabu, neno "talaha" (تَلَاهَا) linamaanisha "kufuata", "kwenda nyuma", "kutembea nyuma ya kitu kingine", au hata "kuiga tendo la kitu kingine".

Katika lugha ya Kiarabu cha kale, neno hili lilitumika kuelezea mnyama anayefuata mwingine, kama vile ngamia anayefuata ngamia mwingine.

📌 Tatizo la Kitafsiri:

- Ikiwa Qur'an inasema kuwa mwezi "unafuata" jua, hii inaashiria kuwa unaelekea njia ile ile kama jua, jambo ambalo si sahihi kisayansi.

- Mwezi haufuati jua; unazunguka Dunia.
- Hii inaonyesha kuwa Qur'an inaeleza mtazamo wa macho wa mwanadamu wa zamani badala ya kueleza ukweli wa kisayansi.

---

3. WAKOSOAJI WANASEMA QUR'AN INAUNGA MKONO GEOSENTRIZIMU

Wakosoaji wa Qur'an wanadai kuwa aya hii inaonyesha kuwa Qur'an inathibitisha mtazamo wa zamani wa geosentrizimu, ambapo jua na mwezi vinaonekana "kufukuzana" angani huku vikizunguka Dunia.

Kwa nini Qur'an inaonekana kuunga mkono geosentrizimu?

1. Jua na mwezi vinaonekana kana kwamba vinazunguka Dunia, lakini kiuhalisia, ni Dunia inayozunguka jua.
2. Mwezi haufuati jua katika mwendo wake wa kweli; unazunguka Dunia.
3. Kwa watu wa kale waliotazama angani, jua na mwezi vilionekana "kufukuzana", na Qur'an inaonekana kushikilia dhana hii badala ya kuonyesha ukweli wa heliocentrizimu.

Ikiwa Qur'an ilikuwa na ujuzi wa kweli wa kisayansi, ingeeleza kuwa mwezi huzunguka Dunia, na Dunia huzunguka jua, badala ya kusema kuwa mwezi unafuata jua.

---

4. JE, QUR'AN ILITAKIWA KUTAJA HELIOCENTRIZIMU?

Ikiwa Qur'an ni kitabu cha Mungu Mwenye Ujuzi Wote, tungetarajia kuwa ingeonyesha mtazamo wa kweli wa heliocentrizimu, kama ifuatavyo:

◈ Mwezi huzunguka Dunia, na Dunia huzunguka Jua.
◈ Jua halizunguki Dunia kama inavyoonekana kwa macho ya watu wa kale.
◈ Mwezi haufuati mwendo wa jua; badala yake, una mzunguko wake wa kipekee.

📌 Kwa nini Qur'an haikueleza hivyo?

- Badala yake, Qur'an inaeleza mtazamo wa macho wa watu wa kale, ambapo mwezi unaonekana "kufuata" jua.
- Hii inaonyesha kuwa Qur'an inaendana na mtazamo wa geosentrizimu wa karne ya 7, badala ya heliocentrizimu ya kweli.

---

5. ULINGANISHO NA BIBLIA – JE, MUNGU WA KWELI ANGETOA MAELEZO SAHIHI?

Katika Biblia, tunapata maelezo yanayolingana na uhalisia wa kisayansi:

☑ Ayubu 26:7

"Huitandaza kaskazi juu ya mahali pasipo kitu, na kuutundika ulimwengu juu ya si kitu."

📌 Hii inaonyesha kuwa Dunia haishikiliwi na kitu kinachoonekana, jambo linalolingana na uvutano wa mvutano (gravity).

☑ Isaya 40:22

"Yeye ndiye aketiye juu ya duara ya dunia."

📌 Hii inaonyesha kuwa Biblia ilitambua kuwa Dunia ni ya mviringo, jambo ambalo Qur'an haifafanui kwa uwazi.

📌 Hitimisho la Kitheolojia:

- Biblia haitoi makosa ya kisayansi kuhusu mwendo wa vyombo vya angani.
- Qur'an inaonyesha mtazamo wa geosentrizimu kwa kusema kuwa mwezi unafuata jua,

badala ya kueleza kuwa una mzunguko wake wa kipekee unaohusisha Dunia.

- Hii inaonyesha kuwa Qur'an haikutoka kwa Mungu mwenye ujuzi wote, kwa sababu Mungu wa kweli hangetoa maelezo yasiyo sahihi ya kisayansi.

---

6. JE, QUR'AN INATHIBITISHA GEOSENTRIZIMU?

Baada ya kuchunguza Qur'an 91:1-2, tunaweza kusema kuwa:

☑ Qur'an inasema kuwa mwezi "unafuata" jua, jambo ambalo si sahihi kisayansi.

☑ Mwezi huzunguka Dunia, na Dunia huzunguka Jua, lakini Qur'an haitaji jambo hili.

☑ Kwa sababu Qur'an inatoa maelezo yanayoendana na mtazamo wa macho wa watu wa kale, inathibitisha geosentrizimu badala ya heliocentrizimu.

☑ Ikiwa Qur'an ilikuwa na ujuzi wa kweli wa kisayansi, ingeeleza mfumo wa heliocentrizimu badala ya kusema kuwa mwezi unafuata jua.

🚀 Kwa hivyo, Qur'an inathibitisha mtazamo wa kale wa kisayansi wa geosentrizimu, jambo linaloonyesha kuwa haikuwa na ujuzi wa hali ya juu wa sayansi ya kweli. 🚀

📖 Kwa upande mwingine, Biblia haitoi makosa ya kisayansi kuhusu mwendo wa Dunia, jambo linaloonyesha kuwa Mungu wa Biblia anaelewa sayansi ya kweli, lakini Qur'an inaendeleza mtazamo wa kale wa geosentrizimu. 📖✨

Makosa ya Kitheolojia na Kisayansi Kuhusu Mwezi Kumfuata Jua

Katika Qur'an 91:1-2, tunasoma:

"Na kwa jua na mwangaza wake, na kwa mwezi unapomfuata."

Aya hii inaeleza kuwa mwezi unafuata jua, jambo ambalo linaonekana kuendeleza mtazamo wa geosentrizimu, ambapo jua na mwezi vinaonekana kuwa na mwendo unaofanana wa kuzunguka Dunia. Hata hivyo, tunajua kutokana na sayansi ya kisasa kwamba hii si kweli. Katika sehemu hii, tutalinganisha makosa haya ya kisayansi katika Qur'an na ukweli wa kisayansi katika Biblia na sayansi ya kisasa.

---

1. MAKOSA YA KISAYANSI: MWEZI HAUFUATI JUA

Katika uhalisia wa kisayansi:

✅ Mwezi haufuati jua; unazunguka Dunia kwa muda wa takriban siku 29.5.

✅ Dunia inazunguka Jua kwa muda wa siku 365.25.

✅ Mwanga wa mwezi unatokana na mwanga wa jua unaoakisiwa na uso wa mwezi.

✅ Jua halizunguki Dunia, bali Dunia inazunguka Jua.

📌 Tatizo la Kisayansi Katika Qur'an:

- Ikiwa Qur'an inasema kuwa mwezi "unafuata" jua, basi inamaanisha kuwa unaelekea katika njia moja kama jua, jambo ambalo si sahihi kisayansi.
- Mwezi haupo nyuma ya jua katika mwendo wa kweli wa angani; una mzunguko wake wa kipekee unaohusiana na Dunia.
- Qur'an inaonekana kueleza mtazamo wa macho wa watu wa kale waliodhani kuwa jua na mwezi vinakimbizana katika anga.

✅ Sayansi inathibitisha kuwa Qur'an inaendeleza makosa ya kisayansi ya geosentrizimu.

---

2. MAKOSA YA KITHEOLOJIA: MUNGU WA KWELI ANGEWEZA KUTOA MAKOSA YA KISAYANSI?

Ikiwa Qur'an ilitoka kwa Mungu mwenye ujuzi wote, tungetarajia kuwa ingetaja ukweli wa kisayansi wa heliocentrizimu badala ya geosentrizimu. Lakini Qur'an haifanyi hivyo.

Katika Biblia, tunapata maelezo sahihi ya sayansi ya anga:

☑ Ayubu 26:7

"Huitandaza kaskazi juu ya mahali pasipo kitu, na kuutundika ulimwengu juu ya si kitu."

📌 Hii inaonyesha kuwa Dunia haishikiliwi na kitu kinachoonekana, jambo linalolingana na mvutano wa uvutano (*gravity*).

☑ Isaya 40:22

"Yeye ndiye aketiye juu ya duara ya dunia."

📌 Hii inaonyesha kuwa Biblia ilitambua kuwa Dunia ni ya mviringo, jambo ambalo Qur'an haifafanui kwa uwazi.

📌 Hitimisho la Kitheolojia:

- Biblia haitoi makosa ya kisayansi kuhusu mwendo wa vyombo vya angani.
- Qur'an inaonyesha mtazamo wa geosentrizimu kwa kusema kuwa mwezi unafuata jua, badala ya kueleza kuwa una mzunguko wake wa kipekee unaohusisha Dunia.
- Hii inaonyesha kuwa Qur'an haikutoka kwa Mungu mwenye ujuzi wote, kwa sababu Mungu wa kweli hangetoa maelezo yasiyo sahihi ya kisayansi.

3. QUR'AN VS. SAYANSI YA KISASA: ULINGANISHO WA MWEZI NA JUA

Kigezo	**Biblia na Sayansi ya Kisasa**	**Qur'an na Makosa ya Kisayansi**
Mwendo wa mwezi	Unazunguka Dunia	Unafuata jua (Qur'an 91:2)
Mwendo wa Dunia	Dunia inazunguka jua	Haitajwi katika Qur'an
Mwendo wa jua	Jua lipo katikati ya mfumo wa sayari	Inaonekana kuwa linazunguka Dunia (Qur'an 36:38)
Mwanga wa mwezi	Unatokana na mwangaza wa jua unaoakisiwa	Haitajwi wazi katika Qur'an
Uhusiano wa mwezi na jua	Hakuna mwendo wa kufuatana moja kwa moja	Qur'an inaonyesha kuwa mwezi unafuata jua

📌 Hitimisho la Kisayansi:

✅ Sayansi ya kisasa inathibitisha kwamba Qur'an inaeleza mfumo wa anga kwa mtazamo wa watu wa kale badala ya sayansi ya kisasa.

✅ Biblia inaonyesha maarifa ya kisayansi zaidi kwa kueleza kuwa Dunia ni duara na iko katika nafasi isiyoshikiliwa na kitu kinachoonekana.

❌ Qur'an inakosea kwa kusema kuwa mwezi unafuata jua, badala ya kueleza kuwa una mzunguko wake wa kipekee.

4. ATHARI ZA MTAZAMO WA GEOSENTRIZIMU KATIKA UISLAMU

Kwa sababu Qur'an ina mtazamo wa geosentrizimu, baadhi ya waumini wa Kiislamu bado wanaamini kuwa:

◈ Jua linazunguka Dunia badala ya Dunia kuzunguka jua.

◈ Mwezi unafuata mwendo wa jua badala ya kuwa na obiti yake ya kipekee.

◈ Dhana ya heliocentrizimu ni "njama" ya Wazungu dhidi ya Uislamu.

Matokeo ya Kifalsafa:

- Kwa sababu Qur'an inafundisha geosentrizimu, inawafanya Waislamu wengi kukataa sayansi ya kisasa kwa sababu haiendani na mafundisho yao ya kidini.
- Hii inaathiri maendeleo ya elimu katika nchi nyingi za Kiislamu, ambapo masuala ya sayansi mara nyingi hukataliwa au hupingwa kwa sababu hayapatikani katika Qur'an.

☑ Kwa upande mwingine, Biblia haifundishi geosentrizimu, jambo linaloonyesha kuwa inaendana na sayansi ya kweli.

---

5. QUR'AN INATHIBITISHA GEOSENTRIZIMU NA SI HELIOCENTRIZIMU

Baada ya uchambuzi wa kina wa Qur'an 91:1-2 na ulinganisho wake na Biblia na sayansi ya kisasa, tunaweza kusema kuwa:

☑ Qur'an inasema kuwa mwezi "unafuata" jua, jambo ambalo si sahihi kisayansi.

☑ Mwezi huzunguka Dunia, na Dunia huzunguka Jua, lakini Qur'an haitaji jambo hili.

☑ Kwa sababu Qur'an inatoa maelezo yanayoendana na mtazamo wa macho wa watu wa kale, inathibitisha geosentrizimu badala ya heliocentrizimu.

✅ Ikiwa Qur'an ilikuwa na ujuzi wa kweli wa kisayansi, ingeeleza mfumo wa heliocentrizimu badala ya kusema kuwa mwezi unafuata jua.

🚀 Kwa hivyo, Qur'an inathibitisha mtazamo wa kale wa kisayansi wa geosentrizimu, jambo linaloonyesha kuwa haikuwa na ujuzi wa hali ya juu wa sayansi ya kweli. 🚀

📖 Kwa upande mwingine, Biblia haitoi makosa ya kisayansi kuhusu mwendo wa Dunia, jambo linaloonyesha kuwa Mungu wa Biblia anaelewa sayansi ya kweli, lakini Qur'an inaendeleza mtazamo wa kale wa geosentrizimu. 📖✨

SURA YA 05

Qur'an 75:8-9 – Jua na Mwezi Kuunganishwa, Je, Yanamaanisha Ni Sawa Kwa Ukubwa na Umbali?

Katika Qur'an, kuna aya zinazozungumzia matukio yatakayotokea siku ya kiama, mojawapo ikiwa ni Qur'an 75:8-9, ambapo inasemekana kuwa jua na mwezi vitaunganishwa.

"Na mwezi utatiwa giza, na jua na mwezi vitaunganishwa pamoja."

(Qur'an 75:8-9)

Katika aya hii, Qur'an inasema kuwa mwezi utatiwa giza na utaunganishwa na jua, jambo ambalo wakosoaji wanasema linaonyesha kuwa Qur'an ina mtazamo wa kale wa anga, ambapo jua na mwezi vinafikiriwa kuwa na ukubwa unaokaribiana na kuwa na umbali sawa kutoka Dunia.

1. UCHANGANUZI WA MANENO MUHIMU KATIKA QUR'AN 75:8-9

Katika Kiarabu, neno lililotafsiriwa kama "vitaunganishwa" ni "jumi'a" (جُمِعَ), ambalo lina maana ya "kukusanywa pamoja," "kuletwa pamoja," au "kushikamana".

📌 Tatizo la Kisayansi:

- Mwezi ni mdogo sana ukilinganisha na jua.
    - Mwezi una kipenyo cha kilomita 3,474, wakati Jua lina kipenyo cha kilomita 1,391,000, ambalo ni mara 400 zaidi ya mwezi.
- Mwezi uko karibu sana na Dunia (takriban kilomita 384,400), wakati jua liko umbali wa kilomita milioni 150 kutoka Dunia.
- Kwa hivyo, kusema kuwa jua na mwezi "vitaunganishwa" kunaashiria kuwa Qur'an inadhani kuwa vyombo hivi vya angani vina ukubwa unaokaribiana na vinaweza kushikamana.

✅ Katika mtazamo wa kisayansi, jua na mwezi haviwezi kuunganishwa kwa maana halisi, kwa sababu haviwezi kukutana mahali pamoja kwa sababu ya tofauti kubwa ya ukubwa na umbali wao.

---

2. JE, QUR'AN INATHIBITISHA MTAZAMO WA KALE WA ANGA?

Katika zama za kale, watu waliamini kuwa:
◈ Jua na mwezi vilikuwa miili miwili angani vyenye ukubwa sawa.
◈ Vilizunguka Dunia kwa njia inayofanana.
◈ Vilikuwa vinafukuzana angani, kama Qur'an 91:1-2 inavyosema kuwa mwezi unafuata jua.

◈ Jua halipaswi kufikia mwezi (Qur'an 36:40), jambo linaloashiria kuwa vina mizunguko tofauti lakini vinaweza kuwa na ukubwa unaofanana.

📌 Kwa sababu Qur'an inasema kuwa "jua na mwezi vitaunganishwa," inamaanisha kuwa mwandishi wa Qur'an alikuwa na mtazamo wa zamani wa kwamba vyombo hivi vinafanana kwa ukubwa na vinaweza kukutana angani.

---

3. TAFSIRI YA NENO "GIZA LA MWEZI" – JE, QUR'AN INAZUNGUMZIA KUPATWA KWA MWEZI?

Katika Qur'an 75:8, inasemekana kuwa mwezi utatiwa giza. Katika Kiarabu, neno hili linahusiana na maana ya kupatwa kwa mwezi au kupatwa kwa jua katika hadithi za Kiislamu.

📌 Tatizo la Kisayansi:

- Kupatwa kwa mwezi hutokea wakati Dunia inazuia mwanga wa jua kufikia mwezi.
- Kwa kupatwa kwa mwezi kutokea, jua na mwezi lazima yawe pande tofauti za Dunia.
- Hili linapingana na aya inayosema kuwa jua na mwezi vitaunganishwa.
- Ikiwa Qur'an ilikuwa inazungumzia kupatwa kwa jua, basi nadharia hii haifai kwa sababu mwezi haudhaniwi kuwa umefunikwa kwa giza.

☑ Kwa hivyo, Qur'an inatoa picha inayochanganya kati ya kupatwa kwa mwezi na dhana ya jua na mwezi kuunganishwa, jambo linalothibitisha kuwa Qur'an haikuwa na uelewa wa kweli wa anga.

---

4. BIBLIA NA SAYANSI – JE, MUNGU WA KWELI ANGEWEZA KUTOA MAELEZO SAHIHI?

Katika Biblia, hakuna makosa ya kisayansi kuhusu anga kama ilivyo katika Qur'an. Tunapata maelezo yafuatayo:

☑ Ayubu 26:7

"Huitandaza kaskazi juu ya mahali pasipo kitu, na kuutundika ulimwengu juu ya si kitu."

📌 Hii inathibitisha kuwa Dunia haishikiliwi na kitu kinachoonekana, jambo linalolingana na uvutano wa mvutano (*gravity*).

☑ Zaburi 19:1

"Mbingu zaitangaza utukufu wa Mungu, na anga laitangaza kazi ya mikono yake."

📌 Hii inaonyesha kuwa Biblia inakiri kwamba uumbaji wa Mungu ni wa ajabu na wa mpangilio wa hali ya juu, bila kupotosha ukweli wa kisayansi.

☑ Isaya 40:22

"Yeye ndiye aketiye juu ya duara ya dunia."

📌 Biblia inakiri kuwa Dunia ni ya mviringo, jambo ambalo Qur'an haifafanui kwa uwazi.

📌 Hitimisho la Kitheolojia:

- Biblia haina makosa ya kisayansi kuhusu mwendo wa vyombo vya angani.
- Qur'an inaonyesha mtazamo wa kale wa kwamba jua na mwezi vinaweza kuunganishwa, jambo ambalo si kweli kisayansi.
- Hii inaonyesha kuwa Qur'an haikutoka kwa Mungu mwenye ujuzi wote, kwa sababu Mungu wa kweli hangetoa maelezo yasiyo sahihi ya kisayansi.

---

5. JE, QUR'AN INATHIBITISHA GEOSENTRIZIMU NA MAKOSA YA KISAYANSI?

Baada ya kuchunguza Qur'an 75:8-9, tunaweza kusema kuwa:

☑ Qur'an inasema kuwa jua na mwezi vitaunganishwa, jambo ambalo linaashiria kuwa vina ukubwa na umbali unaokaribiana.

☑ Kisayansi, jua ni mara 400 kubwa zaidi ya mwezi na liko

mbali zaidi, hivyo haviwezi kuunganishwa kama Qur'an inavyodai.

✅ Ikiwa Qur'an ilikuwa inazungumzia kupatwa kwa mwezi, basi jua na mwezi hayawezi kuunganishwa kwa maana halisi, kwa sababu huwa yako pande tofauti za Dunia wakati wa tukio hilo.

✅ Kwa sababu Qur'an inatoa maelezo yanayoendana na mtazamo wa macho wa watu wa kale, inathibitisha geosentrizimu badala ya heliocentrizimu.

🚀 Kwa hivyo, Qur'an inathibitisha mtazamo wa kale wa kisayansi wa geosentrizimu, jambo linaloonyesha kuwa haikuwa na ujuzi wa hali ya juu wa sayansi ya kweli. 🚀

📖 Kwa upande mwingine, Biblia haitoi makosa ya kisayansi kuhusu mwendo wa Dunia, jambo linaloonyesha kuwa Mungu wa Biblia anaelewa sayansi ya kweli, lakini Qur'an inaendeleza mtazamo wa kale wa geosentrizimu. 📖✨

Makosa ya Kitheolojia na Kisayansi Katika Qur'an: Jua na Mwezi Kuwa Na Ukubwa na Umbali Unaofanana

Katika sehemu hii, tutaendelea kuchunguza makosa ya Qur'an yanayodokeza kuwa jua na mwezi vina ukubwa unaofanana na viko umbali sawa kutoka Dunia. Tutaangalia jinsi sayansi ya kisasa, Biblia, na makosa ya kisayansi ya Qur'an yanavyotofautiana kuhusu mada hii.

---

1. MAKOSA YA KISAYANSI: JE, JUA NA MWEZI VINA UKUBWA NA UMBALI UNAOLINGANA?

Katika Qur'an 75:8-9, inasemekana kuwa jua na mwezi vitaunganishwa siku ya mwisho, jambo ambalo linaweza kuashiria kuwa Qur'an inadhani kuwa vyombo hivi vinaweza kuwa karibu na kuwa sawa kwa ukubwa.

📌 Ukweli wa Kisayansi:

✅ Jua ni mara 400 kubwa zaidi ya mwezi.

☑ Jua lipo umbali wa kilomita milioni 150 kutoka Dunia, wakati mwezi upo karibu zaidi, kwa kilomita 384,400 pekee.

☑ Kwa bahati ya kijiometri, mwezi na jua vinaonekana kuwa na ukubwa unaofanana kutoka Dunia wakati wa kupatwa kwa jua, lakini hii ni kwa sababu ya umbali wao tofauti na si kwa sababu ni sawa kwa ukubwa halisi.

☑ Ikiwa jua na mwezi vingeunganishwa, basi maandiko yanayosema kuwa jua ni kubwa mara nyingi zaidi ya mwezi yangeonekana kuwa na makosa.

📌 Tatizo la Kisayansi Katika Qur'an:

- Ikiwa Qur'an ilikuwa na ujuzi wa kweli wa kisayansi, ingeeleza kuwa mwezi ni mdogo sana na uko karibu zaidi na Dunia, wakati jua ni kubwa sana na liko mbali.
- Badala yake, Qur'an inaeleza kuwa vyombo hivi "vitaunganishwa," jambo ambalo linaashiria kuwa vinaweza kuwa karibu kwa ukubwa na umbali.

☑ Kwa hivyo, Qur'an inaendeleza dhana ya kale ya anga badala ya kueleza ukweli wa kisayansi kuhusu nafasi ya jua na mwezi.

---

2. ULINGANISHO WA SAYANSI YA BIBLIA NA MAKOSA YA KISAYANSI YA QUR'AN

A. Biblia Inavyothibitisha Ukweli wa Kisayansi

Katika Biblia, tunapata maelezo ambayo yanathibitisha kwamba:

◈ Jua linatawala mchana, na mwezi hutawala usiku.

◈ Dunia imeundwa kwa namna ambayo inaelea kwenye nafasi isiyoshikiliwa na kitu kinachoonekana.

◈ Hakuna mahali popote Biblia inasema kuwa jua na mwezi vina ukubwa sawa au vinaweza kuunganishwa.

Ayubu 26:7

"Huitandaza kaskazi juu ya mahali pasipo kitu, na kuutundika ulimwengu juu ya si kitu."

✅ Hii inaonyesha kuwa Biblia inatambua kuwa Dunia iko katika nafasi bila kitu cha kuishikilia, jambo linalothibitishwa na sayansi ya mvutano wa uvutano (gravity).

Zaburi 19:1-6

"Mbingu zaitangaza utukufu wa Mungu, na anga laitangaza kazi ya mikono yake."

✅ Biblia inakiri kuwa Mungu ameweka vyombo vya angani kwa mpangilio wa hali ya juu, na haidokezi kwamba jua na mwezi vinaweza kuunganishwa.

Isaya 40:22

"Yeye ndiye aketiye juu ya duara ya dunia."

✅ Hii inaonyesha kuwa Biblia ilielewa kuwa Dunia ni mviringo, jambo ambalo Qur'an haifafanui kwa uwazi.

📌 Hitimisho la Biblia:

- Biblia haitoi makosa ya kisayansi kuhusu mwendo wa vyombo vya angani.
- Haielezi kuwa jua na mwezi vina ukubwa sawa au vinaweza kuunganishwa.
- Inalingana na ukweli wa kisayansi kuhusu nafasi ya Dunia katika anga.

B. Makosa ya Kisayansi ya Qur'an Kuhusu Jua na Mwezi

Katika Qur'an, tunapata aya ambazo zinatoa maelezo yanayodhihirisha mtazamo wa geosentrizimu, ambapo jua na mwezi vinaonekana kuwa karibu kwa umbali na ukubwa.

📌 Mfano wa Makosa ya Qur'an:

Qur'an 91:1-2

"Na kwa jua na mwangaza wake, na kwa mwezi unapomfuata."

🔷 Hii inaashiria kuwa mwezi una mwendo wa kufuatilia jua,

badala ya kueleza kuwa una mzunguko wake unaohusiana na Dunia.

Qur'an 36:40

"Jua haliwezi kulifikia mwezi, wala usiku haurukii mchana. Vyote vinaogelea katika mzunguko wao."

◈ Qur'an haielezi kwamba mwezi huzunguka Dunia na Dunia huzunguka Jua.

Qur'an 75:8-9

"Na mwezi utatiwa giza, na jua na mwezi vitaunganishwa."

◈ Hii inaashiria kuwa jua na mwezi vinaweza kukutana, jambo ambalo si kweli kisayansi.

📌 Hitimisho la Qur'an:

- Inaonyesha kuwa jua na mwezi vinaweza kuunganishwa, jambo ambalo si kweli kisayansi.
- Inaendeleza mtazamo wa zamani wa kwamba jua na mwezi vinaweza kuwa karibu kwa ukubwa na umbali.
- Haielezi ukweli wa heliocentrizimu, ambapo Dunia huzunguka Jua.

✅ Kwa hivyo, Qur'an ina makosa ya kisayansi kuhusu nafasi ya jua na mwezi katika anga.

3. ULINGANISHO WA SAYANSI YA KISASA, BIBLIA, NA QUR'AN

Kigezo	**Biblia na Sayansi ya Kisasa**	**Qur'an na Makosa ya Kisayansi**
Ukubwa wa jua na mwezi	Jua ni mara 400 kubwa zaidi ya mwezi	Qur'an inaonyesha kuwa vinaweza kuunganishwa (Qur'an 75:8-9)

Kigezo	Biblia na Sayansi ya Kisasa	Qur'an na Makosa ya Kisayansi
Umbali wa jua na mwezi kutoka Dunia	Jua liko mbali zaidi (km milioni 150), mwezi uko karibu (km 384,400)	Qur'an haielezi tofauti hii
Mzunguko wa Dunia	Dunia inazunguka jua	Qur'an haielezi mwendo wa Dunia
Mwendo wa mwezi	Unazunguka Dunia	Qur'an inasema unafuata jua (Qur'an 91:2)
Jua na mwezi kuunganishwa	Haviwezi kuunganishwa kisayansi	Qur'an inasema vitaunganishwa (Qur'an 75:8-9)

📌 Hitimisho la Kisayansi:

✅ Sayansi ya kisasa inathibitisha kwamba Qur'an inaeleza mfumo wa anga kwa mtazamo wa watu wa kale badala ya sayansi ya kisasa.

✅ Biblia inaonyesha maarifa ya kisayansi zaidi kwa kueleza kuwa Dunia ni duara na iko katika nafasi isiyoshikiliwa na kitu kinachoonekana.

❌ Qur'an inakosea kwa kusema kuwa jua na mwezi vitaunganishwa, jambo ambalo haliwezekani kisayansi.

---

4. HITIMISHO: QUR'AN INATHIBITISHA GEOSENTRIZIMU NA MAKOSA YA KISAYANSI

Baada ya uchambuzi wa kina wa Qur'an 75:8-9, tunaweza kusema kuwa:

✅ Qur'an inasema kuwa jua na mwezi vitaunganishwa, jambo ambalo linaashiria kuwa vina ukubwa na umbali unaokaribiana.

✅ Kisayansi, jua ni mara 400 kubwa zaidi ya mwezi na liko mbali zaidi, hivyo haviwezi kuunganishwa kama Qur'an inavyodai.

✅ Kwa hivyo, Qur'an inathibitisha mtazamo wa kale wa geosentrizimu badala ya heliocentrizimu.

🚀 Kwa upande mwingine, Biblia haitoi makosa ya kisayansi kuhusu mwendo wa Dunia, jambo linaloonyesha kuwa Mungu wa Biblia anaelewa sayansi ya kweli, lakini Qur'an inaendeleza mtazamo wa kale wa geosentrizimu. 🚀📖✨

Jua na Mwendo Wake Daima Umeunganishwa na Mwezi

Katika Qur'an, mwendo wa jua mara zote unatajwa sambamba na ule wa mwezi. Iwe ni kwa kusema kuwa jua "linakimbia" (يَجْرِي - yajree/tajree), "linaelea" (يَسْبَحُونَ - yasbahoona), au "linajitahidi" (دَائِبَيْنِ - daibayni), Qur'an inaeleza mwendo wa jua na mwezi kwa namna inayofanana.

Zaidi ya hayo, aya hizi karibu kila mara zinahusiana na mchana na usiku, isipokuwa Qur'an 13:2, kama tulivyojadili katika sehemu ya awali.

Katika sura hii, tutachunguza jinsi Qur'an inavyoshikilia uhusiano kati ya jua na mwezi, na makosa ya kisayansi yanayojitokeza kutokana na dhana hii.

---

1. QUR'AN INAONYESHA UHUSIANO WA JUA NA MWEZI KWA MTAZAMO WA KALE WA GEOSENTRIZIMU

Katika Qur'an, jua na mwezi mara zote vinatajwa kwa pamoja kana kwamba vina mwendo sawa wa kuzunguka Dunia. Hapa kuna mifano ya aya zinazothibitisha jambo hili:
Qur'an 36:37-40

"Ishara kwao ni usiku; tunauvua mchana wake, mara wanakuwa gizani. Na jua linapita kuelekea mahali pake pa kupumzika. Hii ni hukumu ya Mwenye nguvu, Mwenye hekima. Na kwa mwezi tumepangia vituo mpaka unakuwa kama kikonyo cha mtende kilichokauka. Jua haliwezi kulifikia mwezi, wala usiku haurukii mchana. Vyote vinaogelea katika mzunguko wao."

📌 Makosa ya Kisayansi Katika Qur'an 36:37-40:

☑ Qur'an inaonyesha kuwa jua lina mwendo wa kila siku na lina sehemu ya kupumzika.

☑ Qur'an haielezi kuwa Dunia inazunguka jua, bali inaonyesha kuwa jua lina mzunguko wake binafsi.

☑ Qur'an inasema kuwa jua haliwezi kulifikia mwezi, jambo ambalo halina maana kisayansi, kwani mwezi unazunguka Dunia, si jua.

---

2. QUR'AN INASISITIZA KUWA JUA NA MWEZI VINAHUSIANA KWA NJIA MOJA

Aya zifuatazo zinathibitisha kuwa Qur'an inaona jua na mwezi kuwa vyombo vinavyoshiriki mwendo ule ule:
Qur'an 21:33

"Na Yeye ndiye aliyeumba usiku na mchana, na jua na mwezi. Vyote vinaelea katika mzunguko wa duara."

☑ Hii inaonyesha kuwa Qur'an ina mtazamo wa kale wa anga ambapo vyombo hivi vinaelea kwa mwendo mmoja, kana kwamba viko katika mzunguko sawa.

Qur'an 31:29

"Je! Huoni kuwa Mwenyezi Mungu huuingiza usiku katika mchana, na huuingiza mchana katika usiku, na amelidhalilisha jua na mwezi, kila moja linakwenda kwa muda uliowekwa?"

📌 Tatizo la Kisayansi:

- Hii inahusisha mabadiliko ya mchana na usiku na mwendo wa jua, badala ya kueleza kuwa mchana na usiku husababishwa na mzunguko wa Dunia.
- Jua halizunguki Dunia kwa namna yoyote, lakini Qur'an haifafanui jambo hili.

Qur'an 16:12

"Naye amewafanyia usiku na mchana kuwa wenye manufaa kwenu, na jua na mwezi."

☑ Qur'an inaonyesha kuwa jua na mwezi vinafanya kazi kwa pamoja kwa namna ile ile, badala ya kueleza kuwa yana mifumo tofauti ya mwendo.

Qur'an 14:33

"Naye amewafanyia jua na mwezi, vyote vikiendelea kwa juhudi katika njia zao; na usiku na mchana pia amewafanyia."

📌 Makosa ya Kisayansi:

- Qur'an inaonyesha kuwa jua na mwezi vina njia zinazofanana, jambo ambalo si kweli kisayansi.
- Mwezi huzunguka Dunia, lakini Qur'an haitaji jambo hili; badala yake, inaonyesha kuwa jua na mwezi vina mwendo wa aina moja.

Qur'an 41:37

"Miongoni mwa Ishara zake ni usiku na mchana, na jua na mwezi."

☑ Aya hii inaonyesha kuwa Qur'an inaunganisha jua na mwezi katika kazi ile ile, badala ya kueleza kuwa ni miili miwili yenye mifumo tofauti ya mwendo.

Qur'an 39:5

"Yeye ndiye aliyeumba mbingu na ardhi kwa haki. Anafunika usiku kwa mchana, na anafunika mchana kwa usiku. Na ameliweka jua na mwezi katika mamlaka yake. Kila moja linakimbia kwa muda wake maalum. Je! Si Yeye ndiye Mwenye enzi na mwingi wa kusamehe?"

📌 Tatizo la Kisayansi:

- Jua halikimbii katika mzunguko wa kila siku, bali Dunia inazunguka kwenye mhimili wake.
- Ikiwa Qur'an ina ujuzi wa kweli wa kisayansi, ingeeleza kuwa mchana na usiku husababishwa na mzunguko wa Dunia, si mwendo wa jua.

---

3. BIBLIA NA SAYANSI INAVYOTHIBITISHA UKWELI WA KISAYANSI

Katika Biblia, tunapata maelezo ambayo yanaonyesha kuwa:

◈ Jua halizunguki Dunia, bali Dunia huzunguka jua.

◈ Mwezi huzunguka Dunia, na si kufuata jua.

◈ Mchana na usiku husababishwa na mzunguko wa Dunia, si mwendo wa jua.

☑ Ayubu 26:7

"Huitandaza kaskazi juu ya mahali pasipo kitu, na kuutundika ulimwengu juu ya si kitu."

📌 Hii inaonyesha kuwa Biblia inatambua kuwa Dunia iko katika nafasi isiyoshikiliwa na kitu cha kuonekana.

☑ Isaya 40:22

"Yeye ndiye aketiye juu ya duara ya dunia."

📌 Biblia ilielewa kuwa Dunia ni ya mviringo, jambo ambalo Qur'an haifafanui kwa uwazi.

☑ Zaburi 19:1-6

"Mbingu zaitangaza utukufu wa Mungu, na anga laitangaza kazi ya mikono yake."

📌 Hii inaonyesha kuwa Biblia inakiri kuwa vyombo vya angani vina mpangilio wa hali ya juu, tofauti na Qur'an inayoweka jua na mwezi kama vyombo vyenye mwendo sawa.

---

4. QUR'AN INATHIBITISHA MTAZAMO WA KALE WA GEOSENTRIZIMU

Baada ya kuchunguza aya hizi za Qur'an, tunaweza kusema kuwa:

✅ Qur'an inasema kuwa jua na mwezi vinaelea kwa mwendo wa aina moja, jambo ambalo si kweli kisayansi.

✅ Jua na mwezi vina mwendo tofauti kabisa; mwezi huzunguka Dunia, wakati Dunia inazunguka Jua.

✅ Qur'an haielezi heliocentrizimu, bali inaendeleza mtazamo wa geosentrizimu wa watu wa kale.

✅ Ikiwa Qur'an ilikuwa na ujuzi wa kweli wa kisayansi, ingeeleza kuwa mchana na usiku husababishwa na mzunguko wa Dunia, si mwendo wa jua.

🚀 Kwa hivyo, Qur'an inathibitisha mtazamo wa kale wa kisayansi wa geosentrizimu, jambo linaloonyesha kuwa haikuwa na ujuzi wa hali ya juu wa sayansi ya kweli. 🚀

📖 Kwa upande mwingine, Biblia haitoi makosa ya kisayansi kuhusu mwendo wa Dunia, jambo linaloonyesha kuwa Mungu wa Biblia anaelewa sayansi ya kweli, lakini Qur'an inaendeleza mtazamo wa kale wa geosentrizimu. 📖✨

Makosa ya Kitheolojia na Kisayansi Katika Qur'an:

Jua na Mwezi Daima Vinaunganishwa

Katika Qur'an, mara nyingi mwendo wa jua umeunganishwa na mwezi, na mara zote maandiko haya yanaonekana kuendeleza mtazamo wa geosentrizimu (Earth-centered model). Kwa mtazamo huu, jua na mwezi vinaonekana kuwa na mwendo unaofanana, jambo ambalo ni kosa kubwa la kisayansi.

Katika sura hii, tutaendelea kuchunguza makosa ya Qur'an kuhusu mwendo wa jua na mwezi, na kulinganisha na ukweli wa kisayansi na Biblia, ambayo haitoi makosa ya kisayansi.

---

1. JE, JUA LINATEMBEA?

Katika Qur'an, kuna aya kadhaa zinazoeleza kuwa jua linakimbia au linaelea katika njia yake, jambo linaloashiria kuwa jua lina mwendo wa kila siku kama linavyoonekana kwa macho ya mwanadamu wa kawaida.

📌 Mfano wa Makosa ya Kisayansi Katika Qur'an: Qur'an 36:38

"Na jua linakwenda kwa kituo chake cha kupumzika. Hii ni hukumu ya Mwenye nguvu, Mwenye hekima."

✅ Tatizo la Kisayansi:

- Jua halitembei kuelekea sehemu yoyote ya kupumzika.
- Dunia ndiyo inayozunguka jua, lakini Qur'an haielezi jambo hili.
- Qur'an inaonyesha kuwa jua lina mwendo wa kila siku, jambo ambalo si sahihi kisayansi.

✅ Sayansi ya Kisasa:

- Jua lipo katikati ya mfumo wa jua na halizunguki Dunia.
- Dunia ndiyo inayozunguka jua kwa muda wa siku 365.25, na mzunguko huu ndio husababisha majira na mabadiliko ya siku na usiku.

📖 Biblia na Sayansi ya Kisasa:

- Biblia haielezi kwa makosa kuwa jua lina mwendo wa kila siku.

- Katika Ayubu 26:7, Biblia inasema kuwa "Dunia imetundikwa juu ya si kitu," jambo linaloendana na sayansi ya mvutano wa uvutano (gravity).

---

2. JE, MWEZI UNATEMBEA?

Katika Qur'an, mwezi pia umeelezwa kuwa unafuata mwendo wa jua, jambo ambalo linapingana na ukweli wa kisayansi.

📌 Mfano wa Makosa ya Kisayansi Katika Qur'an: Qur'an 91:1-2

"Na kwa jua na mwangaza wake, na kwa mwezi unapomfuata."

☑ Tatizo la Kisayansi:

- Mwezi haufuati jua katika mwendo wake wa kweli.
- Mwezi unazunguka Dunia, na Dunia inazunguka Jua.
- Hakuna sayansi inayounga mkono dhana kwamba mwezi "unafuata" jua.

☑ Sayansi ya Kisasa:

- Mwezi huzunguka Dunia kwa muda wa takriban siku 29.5, na mwanga wake unatokana na mwanga wa jua unaoakisiwa.
- Jua halihusiki moja kwa moja na mwendo wa mwezi, kinyume na Qur'an inavyodokeza.

📖 Biblia na Sayansi ya Kisasa:

- Biblia haitoi maelezo ya kimakosa kuhusu mwendo wa mwezi.
- Katika Mwanzo 1:14-16, Biblia inasema kuwa jua linatawala mchana na mwezi unatawala usiku, jambo ambalo linaendana na sayansi ya mwanga wa jua na mwezi.

3. KWA NINI KUNA MAKOSA MENGI YA KISAYANSI KATIKA QUR'AN?

📌 Kwa nini Qur'an inaeleza mwendo wa jua na mwezi kwa njia isiyo sahihi?

Jibu: Kwa sababu Qur'an inaeleza mtazamo wa watu wa kale wa karne ya 7, ambao waliamini kuwa jua na mwezi vilizunguka Dunia.

✅ Katika karne ya 7, watu walidhani kuwa jua linazunguka Dunia kila siku, kwa sababu linaonekana kuchomoza mashariki na kutua magharibi.

✅ Kwa sababu waandishi wa Qur'an walikuwa na uelewa huu wa kale, waliingiza makosa haya katika maandiko yao.

✅ Ikiwa Qur'an ingekuwa na ujuzi wa kweli wa kisayansi, ingeeleza kuwa Dunia inazunguka Jua, lakini haifanyi hivyo.

4. KWA NINI ALLAH ANAFANYA MAKOSA HAYA NA ANADAI KUWA MWENYE UJUZI WOTE?

Katika Uislamu, Allah anatajwa kuwa mwenye ujuzi wote (omniscient). Hata hivyo, kama Qur'an ni kitabu chake, tungetegemea iwe na maelezo sahihi ya kisayansi.

📌 Tatizo la Kitheolojia:

- Ikiwa Allah ni mjuzi wa yote, kwa nini Qur'an ina makosa ya kisayansi kuhusu mwendo wa jua na mwezi?
- Kwa nini Allah hakueleza kuwa Dunia inazunguka Jua?
- Kwa nini Qur'an inafundisha geosentrizimu badala ya heliocentrizimu?

✅ Katika Biblia, Mungu wa kweli anaeleza maelezo yasiyo na makosa kuhusu nafasi ya Dunia.

✅ Katika Isaya 40:22, Mungu anatajwa kuwa "aketie juu ya duara ya Dunia," jambo linaloendana na ukweli wa kisayansi.

5. QUR'AN VS. SAYANSI YA KISASA NA BIBLIA

Kigezo	**Biblia na Sayansi ya Kisasa**	**Qur'an na Makosa ya Kisayansi**
Jua linatembea?	Jua lipo katikati ya mfumo wa jua, halizunguki Dunia	Qur'an inasema jua lina mwendo wa kila siku na sehemu ya kupumzika (Qur'an 36:38)
Mwezi unafuata jua?	Mwezi huzunguka Dunia, haufuati jua	Qur'an inasema mwezi unafuata jua (Qur'an 91:1-2)
Usiku na mchana husababishwa na nini?	Husababishwa na mzunguko wa Dunia	Qur'an inasema husababishwa na mwendo wa jua
Dunia inazunguka Jua?	Ndiyo, kwa muda wa siku 365.25	Qur'an haifundishi heliocentrizimu

📌 Hitimisho la Kisayansi:

☑ Sayansi ya kisasa inathibitisha kwamba Qur'an inaeleza mfumo wa anga kwa mtazamo wa watu wa kale badala ya sayansi ya kisasa.

☑ Biblia inaonyesha maarifa ya kisayansi zaidi kwa kueleza kuwa Dunia ni duara na iko katika nafasi isiyoshikiliwa na kitu kinachoonekana.

✕ Qur'an inakosea kwa kusema kuwa jua lina mwendo wa kila siku, jambo ambalo halina msingi wa kisayansi.

6. HITIMISHO: QUR'AN INATHIBITISHA GEOSENTRIZIMU NA SI HELIOCENTRIZIMU

Baada ya uchambuzi wa kina wa Qur'an na kulinganisha na sayansi ya kisasa na Biblia, tunaweza kusema kuwa:

☑ Qur'an inasema kuwa jua lina mwendo wa kila siku, jambo ambalo si sahihi kisayansi.

☑ Mwezi haufuati jua, bali huzunguka Dunia, jambo ambalo Qur'an haielezi.

☑ Qur'an haielezi heliocentrizimu, bali inaendeleza mtazamo wa kale wa geosentrizimu.

☑ Ikiwa Qur'an ilikuwa na ujuzi wa kweli wa kisayansi, ingeeleza kuwa mchana na usiku husababishwa na mzunguko wa Dunia, si mwendo wa jua.

🚀 Kwa hivyo, Qur'an inathibitisha mtazamo wa kale wa kisayansi wa geosentrizimu, jambo linaloonyesha kuwa haikuwa na ujuzi wa hali ya juu wa sayansi ya kweli. 🚀

📖 Kwa upande mwingine, Biblia haitoi makosa ya kisayansi kuhusu mwendo wa Dunia, jambo linaloonyesha kuwa Mungu wa Biblia anaelewa sayansi ya kweli, lakini Qur'an inaendeleza mtazamo wa kale wa geosentrizimu. 📖✨

Qur'an 35:11-13 – Uumbaji wa Wawili Wawili:

Binadamu, Maji, Mchana na Usiku, Jua na Mwezi

Katika Qur'an 35:11-13, inafundishwa kuwa si binadamu tu walioumbwa kwa jozi (mwanamume na mwanamke), bali pia kuna vitu vingine vilivyoumbwa kwa namna ya wawili wawili, ikiwa ni pamoja na maji mawili yanayotiririka (moja lenye chumvi na lingine tamu), mchana na usiku, na jua na mwezi.

Katika sura hii, tutaeleza mafundisho haya na kulinganisha na sayansi ya kisasa, huku tukichunguza makosa ya kisayansi na kitheolojia yanayojitokeza katika Qur'an.

1. TAFSIRI YA QUR'AN 35:11-13

Katika Qur'an 35:11-13, tunasoma:

"Na Mwenyezi Mungu amekuumbeni kutokana na mchanga, kisha kutokana na tone la manii, kisha akakufanyeni jozi wawili. Na hakuna mwanamke anayechukua mimba wala kumzaa mtoto ila kwa ujuzi Wake. Wala hakuna anayepewa urefu wa umri, wala hapunguzwi katika umri wake, ila yote yamo katika Kitabu kilichopangwa. Hakika haya ni mepesi kwa Mwenyezi Mungu. Wala maji mawili hayafanani; moja ni tamu, lenye ladha nzuri, na lingine ni chungu na lenye chumvi. Na kutokana na yote mawili mnakula nyama mbichi, na mnavua mapambo mnayoyavaa. Na unaziona meli zikikatiza mawimbi yake, ili mpate kutafuta fadhila zake, ili mpate kushukuru. Anaingiza usiku katika mchana, na anaingiza mchana katika usiku, na amelifanya jua na mwezi vitii amri yake. Kila kimoja kinaenda kwa muda wake uliopangwa. Huyo ndiye Mwenyezi Mungu, Mola wenu. Ufalme wote ni Wake."

---

2. ULINGANIFU WA UUMBAJI WA WAWILI WAWILI KATIKA QUR'AN

Katika aya hii, Qur'an inafundisha kuwa Mungu aliweka mfumo wa jozi wawili kwa viumbe na vitu vifuatavyo:

☑ Binadamu – Mwanaume na mwanamke wameumbwa kwa jozi.

☑ Maji mawili – Maji matamu na maji yenye chumvi.

☑ Mchana na usiku – Vinabadilishwa na Mungu kwa mpangilio maalum.

☑ Jua na mwezi – Vyote vinafuata mwendo wa muda uliopangwa.

📌 Makosa ya Kisayansi:

- Mchana na usiku havibadilishwi na Mungu moja kwa moja; hutokea kwa sababu ya mzunguko wa Dunia kwenye mhimili wake.
- Jua na mwezi havina mwendo wa aina moja; mwezi huzunguka Dunia, wakati Dunia inazunguka Jua.
- Maji matamu na maji yenye chumvi si "jozi" zinazofanana kisayansi.

---

3. MAKOSA YA KISAYANSI NA KITHEOLOJIA KATIKA QUR'AN 35:11-13

A. Jua na Mwezi Kuwa na Mwendo Wenye Mpangilio Uliopangwa

📌 Qur'an inasema:

- *"...Na amelifanya jua na mwezi vitii amri yake. Kila kimoja kinaenda kwa muda wake uliopangwa."*

✅ Sayansi ya Kisasa:

- Jua halizunguki Dunia, bali Dunia inazunguka Jua.
- Mwezi huzunguka Dunia kwa muda wa siku 29.5.
- Hakuna uthibitisho wa kisayansi unaoonyesha kuwa jua na mwezi vina uhusiano wa moja kwa moja wa mwendo kama inavyodokezwa katika Qur'an.

📌 Tatizo la Kitheolojia:

- Ikiwa Allah ni mjuzi wa yote, kwa nini Qur'an haielezi ukweli wa kisayansi kuwa Dunia ndiyo inayozunguka Jua?
- Kwa nini Qur'an haielezi kuwa mchana na usiku hutokana na mzunguko wa Dunia, badala ya kusema kuwa "Mungu anaingiza usiku katika mchana"?

B. Maji Mawili: Maji Matamu na Maji ya Chumvi Kama Jozi

📌 Qur'an inasema:

- *"Wala maji mawili hayafanani; moja ni tamu, lenye ladha nzuri, na lingine ni chungu na lenye chumvi."*

✅ Sayansi ya Kisasa:

- Maji matamu na maji ya chumvi si "jozi" zinazofanya kazi kwa namna ile ile.
- Maji ya chumvi hupatikana baharini na maji matamu hupatikana kwenye mito na maziwa, lakini haya mawili si mifumo inayofanya kazi kwa pamoja kama jua na mwezi.
- Mfumo wa maji duniani hufanya maji matamu kutoka baharini kwa njia ya uvukizaji na mvua, lakini Qur'an haifafanui mzunguko huu wa maji.

📌 Tatizo la Kitheolojia:

- Ikiwa Qur'an ni kitabu cha Mungu mwenye ujuzi wote, kwa nini haielezi mzunguko wa maji kisayansi?
- Kwa nini Qur'an inashindwa kueleza kuwa maji yanayovukizwa na kuleta mvua ndio chanzo cha maji matamu badala ya kuyatenganisha tu bila sababu ya kisayansi?

---

4. BIBLIA VS. QUR'AN: JE, NI MUNGU GANI ANAYE ELEWA SAYANSI YA KWELI?

Katika Biblia, tunaona kwamba:

✅ Mungu anaeleza ukweli wa kisayansi kuhusu Dunia na anga bila makosa.

✅ Hakuna sehemu Biblia inadai kuwa jua lina mwendo wa kila siku, badala yake inakiri kuwa Mungu ametengeneza mfumo wa asili unaofanya kazi.

✅ Biblia inakiri kuwa Dunia ni mviringo (Isaya 40:22) na haishikiliwi na kitu kinachoonekana (Ayubu 26:7).

📖 Biblia na Sayansi ya Kisasa:

Kigezo	Biblia na Sayansi ya Kisasa	Qur'an na Makosa ya Kisayansi
Mchana na usiku	Husababishwa na mzunguko wa Dunia	Qur'an inasema Mungu anabadilisha moja kwa moja
Jua na mwezi	Jua linatawala mchana, mwezi hutawala usiku, lakini havina mwendo sawa	Qur'an inaonyesha kuwa vina mwendo sawa
Maji matamu na maji ya chumvi	Maji matamu hutokana na mvua, maji ya chumvi hutoka baharini	Qur'an inadai kuwa ni jozi moja, bila kueleza mzunguko wa maji

📌 Biblia inathibitisha ukweli wa kisayansi, lakini Qur'an ina makosa mengi ya kisayansi.

- Mungu wa Biblia anaeleza ukweli wa asili wa dunia, lakini Qur'an inaendeleza mtazamo wa watu wa kale wa karne ya 7.

---

5. HITIMISHO: JE, QUR'AN INA MAKOSA YA KISAYANSI NA KITHEOLOJIA?

Baada ya uchambuzi wa Qur'an 35:11-13, tunaweza kusema kuwa:

✅ Qur'an inasema kuwa jua na mwezi vina mwendo wa aina moja, jambo ambalo si kweli kisayansi.

✅ Maji matamu na maji ya chumvi si "jozi" zinazofanya kazi kwa pamoja kama Qur'an inavyodokeza.

✅ Mchana na usiku havibadilishwi na Mungu moja kwa moja, bali hutokea kwa sababu ya mzunguko wa Dunia.

✅ Ikiwa Qur'an ilikuwa na ujuzi wa kweli wa kisayansi, ingeeleza kuwa mchana na usiku husababishwa na mzunguko wa Dunia, si kuingizwa na Mungu moja kwa moja.

🚀 Kwa hivyo, Qur'an inathibitisha mtazamo wa kale wa kisayansi wa geosentrizimu, jambo linaloonyesha kuwa haikuwa na ujuzi wa hali ya juu wa sayansi ya kweli. 🚀

📖 Biblia haitoi makosa ya kisayansi kuhusu mwendo wa Dunia, jambo linaloonyesha kuwa Mungu wa Biblia anaelewa sayansi ya kweli. 📖✨

SURA YA 06

Qur'an 2:258 – Changamoto ya Ibrahimu: Allah Analeta Jua Kutoka Mashariki, Basi Lilete Kutoka Magharibi!

Katika Qur'an 2:258, kuna simulizi ya mjadala kati ya Ibrahimu na mfalme asiyeamini, ambapo Ibrahimu anatoa changamoto kwa kusema kuwa Allah analeta jua kutoka mashariki, hivyo kama mfalme ana mamlaka, na alilete kutoka magharibi.

Simulizi hii inaonyesha dhana ya Qur'an kuhusu mwendo wa jua, ambayo wakosoaji wanadai kuwa inaendeleza mtazamo wa kale wa geosentrizimu, ambapo jua linaeleweka kuwa linatembea kutoka sehemu moja kwenda nyingine badala ya kuelewa ukweli wa kisayansi kwamba ni Dunia inayozunguka jua.

---

1. TAFSIRI YA QUR'AN 2:258

Katika Qur'an 2:258, tunasoma:

"Ibrahimu akasema: 'Hakika Allah analeta jua kutoka mashariki; basi lete wewe kutoka magharibi.' Hapo yule kafiri akashindwa, na Allah hawaongozi watu wenye kudhulumu."

📌 Maneno Muhimu Katika Kiarabu:

- يَأْتِى بِٱلشَّمْسِ (yatee biashshamsi) = Analeta jua
- فَأْتِ بِهَا مِنَ ٱلْمَغْرِبِ (fa'ti biha mina al-maghribi) = Basi lete kutoka magharibi

☑ Maana ya Kawaida ya Aya:

- Ibrahimu anasema kuwa Mungu analeta jua kutoka mashariki.
- Anamwambia mfalme asiyeamini kuwa kama ana mamlaka, basi alete jua kutoka magharibi.
- Mfalme anashindwa kujibu na kubaki kimya.

📌 Tatizo la Kisayansi:

- Aya hii inaonyesha kuwa Qur'an inaelewa kuwa jua lina mwendo wa moja kwa moja kutoka mashariki hadi magharibi.
- Ikiwa Allah ndiye analeta jua kutoka mashariki, basi hii inamaanisha kuwa Qur'an inaelewa kuwa jua linahama badala ya kuelewa kuwa ni Dunia inayozunguka jua.
- Kwa kweli, jua halihamishwi na Mungu kila siku; badala yake, mchana na usiku husababishwa na mzunguko wa Dunia kwenye mhimili wake.

---

2. WAKOSOAJI: QUR'AN INA MTAZAMO WA KALE WA GEOSENTRIZIMU

Katika Qur'an, kuna aya nyingi zinazotaja mwendo wa jua kwa mtazamo wa macho ya binadamu wa zamani. Hii ni tofauti na ukweli wa kisayansi wa heliocentrizimu (mfumo ambapo Dunia inazunguka jua).

Mfano wa Aya Zinazoonyesha Mwendo wa Jua katika Qur'an:

- Qur'an 20:59 – "Wakati wa jua kuchomoza na kutua."
- Qur'an 20:130 – "Umtukuze Mola wako kabla ya jua kuchomoza na baada ya kutua."
- Qur'an 17:78 – "Simamisha swala wakati wa jua kuchomoza na wakati wa magharibi."
- Qur'an 6:77-78 – "Ibrahimu anatazama jua na kusema kuwa limezama, kwa hivyo haliwezi kuwa Mungu."
- Qur'an 18:17 – "Jua lilipinduka upande wa kulia."

☑ Tatizo:

- Aya hizi zinataja mwendo wa jua kwa namna inayoonekana kuwa linatembea kutoka mashariki hadi magharibi, badala ya kueleza kuwa ni Dunia inayozunguka jua.
- Ikiwa Qur'an ilikuwa na ujuzi wa kweli wa kisayansi, ingeeleza kuwa ni Dunia inayozunguka, badala ya kusema kuwa Allah "analeta jua."

---

3. BIBLIA NA SAYANSI INAVYOTHIBITISHA UKWELI WA KISAYANSI

📖 Biblia na Sayansi ya Kisasa:

- Katika Ayubu 26:7, Biblia inasema kuwa *"Mungu huitundika Dunia juu ya si kitu,"* jambo linaloonyesha kuwa Dunia inaelea angani.
- Katika Isaya 40:22, Biblia inasema kuwa *"Yeye ndiye aketiye juu ya duara ya dunia,"* jambo linaloonyesha kuwa Dunia ni ya mviringo.
- Biblia haitoi maelezo yasiyo sahihi kuhusu mwendo wa jua, tofauti na Qur'an ambayo

inaonyesha kuwa jua linapita angani kwa mwelekeo fulani.

✅ Sayansi ya Kisasa Inathibitisha:

- Dunia ndiyo inayozunguka jua, si jua linalozunguka Dunia.
- Mchana na usiku husababishwa na mzunguko wa Dunia kwenye mhimili wake.
- Jua halisogei kutoka mashariki kwenda magharibi, bali ni Dunia inayozunguka hivyo kusababisha jua kuonekana likitembea.

📌 Kwa hivyo, Qur'an inatoa mtazamo wa kimakosa wa kisayansi, wakati Biblia haiwezi kupatikana na kosa hili.

---

4. KWA NINI ALLAH ANASEMA MAKOSA YA KISAYANSI NA ANADAI KUWA MWENYE UJUZI WOTE?

Katika Uislamu, Allah anatajwa kuwa Mwenye Ujuzi Wote (omniscient). Lakini kama Qur'an ni kitabu chake, tungetarajia kuwa:

✅ Qur'an ieleze kuwa Dunia inazunguka jua, si jua kusogezwa kila siku na Mungu.

✅ Qur'an ieleze kuwa mchana na usiku husababishwa na mzunguko wa Dunia, si mwendo wa jua.

✅ Qur'an ifafanue kwa usahihi kuwa Dunia inaelea katika nafasi, badala ya kuonyesha kuwa jua lina mwendo wa moja kwa moja.

📌 Tatizo la Kitheolojia:

- Kwa nini Allah hakusema ukweli wa kisayansi kama Biblia ilivyosema?
- Ikiwa Qur'an ni kitabu cha Mungu wa kweli, kwa nini inaendeleza mtazamo wa kale wa watu wa karne ya 7?

- Kwa nini Qur'an inasema kuwa "Allah analeta jua kutoka mashariki," badala ya kueleza ukweli wa heliocentrizimu?

✅ Biblia haitoi makosa ya kisayansi kuhusu mwendo wa jua, lakini Qur'an inafanya hivyo.

---

5. QUR'AN VS. SAYANSI YA KISASA NA BIBLIA

Kigezo	**Biblia na Sayansi ya Kisasa**	**Qur'an na Makosa ya Kisayansi**
Jua linasogezwa na Mungu?	Hapana, Dunia ndiyo inayozunguka Jua	Qur'an inasema Allah analeta jua kutoka mashariki (Qur'an 2:258)
Mchana na usiku husababishwa na nini?	Husababishwa na mzunguko wa Dunia	Qur'an haielezi mzunguko wa Dunia
Je, Jua linatembea?	Hapana, linaonekana kutembea kwa sababu ya mzunguko wa Dunia	Qur'an inaonyesha kuwa jua lina mwendo wake wa kila siku

📌 Hitimisho la Kisayansi:

✅ Sayansi ya kisasa inathibitisha kwamba Qur'an inaeleza mfumo wa anga kwa mtazamo wa watu wa kale badala ya sayansi ya kisasa.

✅ Biblia inaonyesha maarifa ya kisayansi zaidi kwa kueleza kuwa Dunia ni duara na iko katika nafasi isiyoshikiliwa na kitu kinachoonekana.

❌ Qur'an inakosea kwa kusema kuwa Allah analeta jua kutoka mashariki, jambo ambalo halina msingi wa kisayansi.

6. QUR'AN INATHIBITISHA GEOSENTRIZIMU NA SI HELIOCENTRIZIMU

Baada ya kuchunguza Qur'an 2:258, tunaweza kusema kuwa:

☑ Qur'an inaonyesha kuwa Allah analeta jua kutoka mashariki, jambo ambalo si sahihi kisayansi.

☑ Ikiwa Qur'an ilikuwa na ujuzi wa kweli wa kisayansi, ingeeleza kuwa mchana na usiku husababishwa na mzunguko wa Dunia.

📖 Kwa upande mwingine, Biblia haitoi makosa ya kisayansi kuhusu mwendo wa Dunia, jambo linaloonyesha kuwa Mungu wa Biblia anaelewa sayansi ya kweli. 🚀✨

KWA NINI ALLAH ALISHINDWA KUKUBALIANA NA CHANGAMOTO YA IBRAHIMU?

Katika Qur'an 2:258, Ibrahimu anamwambia mfalme asiyeamini kuwa Allah analeta jua kutoka mashariki, hivyo kama ana mamlaka, basi alilete kutoka magharibi. Hata hivyo, swali kubwa linaibuka: Je, Allah ana uwezo wa kufanya jua lichomoze kutoka magharibi?

Hii ni changamoto ya msingi kwa maelezo ya Qur'an kuhusu mwendo wa jua na inatufanya tujiulize:

☑ Je, Allah alisema ukweli alipodai kuwa analeta jua kutoka mashariki?

☑ Je, jua lina mwendo wa kweli wa kutoka mashariki, au ni mzunguko wa Dunia unaofanya ionekane hivyo?

☑ Je, Ibrahimu alikuwa na akili zaidi kuliko Allah alipotoa changamoto hii?

☑ Je, inawezekana kwamba Ibrahimu alijua ukweli wa kisayansi zaidi kuliko Allah?

☑ Ikiwa Ibrahimu alijua zaidi ya Allah, je, inaweza kusemwa kuwa yeye alikuwa Mwislamu?

☑ Kwa nini Qur'an inasema kuwa Muhammad alikuwa Mwislamu wa kwanza, ilhali Ibrahimu anatajwa pia kama Mwislamu?

☑ Kwa nini hakuna neno "Islam" kabla ya Muhammad kuzaliwa?

Katika sura hii, tutajadili masuala haya kwa kina kwa kutumia ushahidi wa kisayansi, kitheolojia, na kihistoria.

---

1. JE, ALLAH ALISEMA UKWELI ALIPODAI KUWA ANALETA JUA KUTOKA MASHARIKI?

Katika Qur'an 2:258, tunasoma:

"Ibrahimu akasema: 'Hakika Allah analeta jua kutoka mashariki; basi lete wewe kutoka magharibi.' Hapo yule kafiri akashindwa, na Allah hawaongozi watu wenye kudhulumu."

☑ Swali la msingi:

- Allah anadai kuwa analeta jua kutoka mashariki.
- Lakini kwa mujibu wa sayansi, ni Dunia inayozunguka jua, na si jua linalokuja kutoka sehemu fulani.
- Kwa hivyo, Allah anasema jambo ambalo si kweli kisayansi.

📌 Tatizo la Kisayansi:

- Jua halitembei kutoka mashariki kwenda magharibi.
- Ni Dunia inayozunguka kwenye mhimili wake, na kufanya jua lionekane likichomoza kutoka mashariki.
- Ikiwa Allah angekuwa na ujuzi wa kweli wa kisayansi, asingesema kuwa analeta jua, bali angeeleza kuwa mchana na usiku husababishwa na mzunguko wa Dunia.

☑ Hitimisho: Qur'an inatoa maelezo yasiyo sahihi kuhusu mwendo wa jua.

2. JE, JUA LINATEMBEA? SAYANSI INASEMAJE?

☑ Ukweli wa Kisayansi:

- Jua halisogei kutoka mashariki kwenda magharibi.
- Mchana na usiku husababishwa na mzunguko wa Dunia.
- Ikiwa Qur'an ni kitabu cha Mungu wa kweli, tungetegemea ionyeshe ukweli huu wa kisayansi, lakini badala yake inaonyesha mtazamo wa kale wa watu wa karne ya 7.

📌 Hili linaonyesha kuwa Qur'an haikuwa na maarifa ya kweli ya sayansi ya anga.

3. JE, IBRAHIMU ALIKUWA NA AKILI ZAIDI KULIKO ALLAH?

Katika Qur'an 2:258, Ibrahimu anamwambia mfalme asiyeamini:

"Allah analeta jua kutoka mashariki; basi wewe lete kutoka magharibi."

☑ Swali la msingi:

- Je, Ibrahimu alijua kuwa jua halitembei kwa kweli?
- Je, alikuwa anamtania Allah kwa kusema jambo ambalo linampinga Allah moja kwa moja?
- Ikiwa Ibrahimu alijua ukweli wa kisayansi zaidi ya Allah, basi ina maana kuwa Allah si mjuzi wa yote.

📌 Hitimisho:

- Ibrahimu anaonekana kuwa na hoja kali zaidi kuliko Allah, kwa sababu changamoto yake inaonyesha wazi kuwa Qur'an inaeleza kimakosa kuhusu mwendo wa jua.

4. JE, IBRAHIMU ALIKUWA MWISLAMU?

☑ Kwa mujibu wa Qur'an, Ibrahimu anaitwa Mwislamu:

"Hakuwa Myahudi wala Mkristo, bali alikuwa Muislamu wa kweli." (Qur'an 3:67)

📌 Tatizo:

- Ikiwa Ibrahimu alikuwa Mwislamu, kwa nini hakufuata Qur'an ambayo inadai kuwa jua linachomoza kutoka mashariki kwa amri ya Allah?
- Kwa nini Qur'an inasema Muhammad ndiye Mwislamu wa kwanza?

"Sema: Hakika mimi ni wa kwanza wa Waislamu." (Qur'an 6:14)

📌 Kwa hivyo, kuna mgongano mkubwa katika Qur'an:

1. Qur'an inasema Ibrahimu alikuwa Mwislamu.
2. Lakini Qur'an inasema pia Muhammad alikuwa Mwislamu wa kwanza.
3. Ikiwa Uislamu ulikuwepo kabla ya Muhammad, kwa nini hakuna maandiko yoyote ya Kiislamu kabla ya Qur'an?

☑ Hitimisho: Uislamu haukuwepo kabla ya Muhammad, na Qur'an inapingana yenyewe kuhusu nani alikuwa Mwislamu wa kwanza.

5. KWA NINI HAKUKUWA NA "UISLAMU" KABLA YA MUHAMMAD?

📌 Maswali Muhimu:

- Ikiwa Uislamu ni dini ya kweli, kwa nini hakuna maandiko yoyote ya Uislamu kabla ya Qur'an?

- Kwa nini hakuna ushahidi wa kihistoria wa neno "Islam" kabla ya Muhammad?
- Ikiwa Ibrahimu alikuwa Mwislamu, kwa nini hakutumia neno "Islam" au "Muslim"?

✅ Ukweli wa Kihistoria:

- Hakuna maandiko yoyote ya Kiarabu kabla ya Qur'an yanayozungumzia Uislamu.
- Hakuna ushahidi wa kihistoria unaoonyesha kuwa Ibrahimu alifuata dini inayoitwa Uislamu.
- Neno "Islam" lilibuniwa na Muhammad na halikuwepo kabla yake.

📌 Hitimisho: Uislamu ni dini iliyobuniwa na Muhammad, na Qur'an inajaribu kuingiza Ibrahimu katika Uislamu kwa njia isiyo na msingi wa kihistoria.

---

6. HITIMISHO KUU

Baada ya uchambuzi wa kina, tunaweza kusema kuwa:

✅ Qur'an inasema kimakosa kuwa Allah analeta jua kutoka mashariki, jambo ambalo si kweli kisayansi.

✅ Sayansi inathibitisha kuwa mchana na usiku husababishwa na mzunguko wa Dunia, si mwendo wa jua.

✅ Ibrahimu anaonekana kuwa na hoja kali zaidi kuliko Allah, kwa sababu changamoto yake inaonyesha wazi kuwa Qur'an inaeleza kimakosa kuhusu mwendo wa jua.

✅ Qur'an inajichanganya kwa kusema kuwa Ibrahimu alikuwa Mwislamu, wakati huo huo ikisema kuwa Muhammad alikuwa Mwislamu wa kwanza.

✅ Hakuna ushahidi wa kihistoria unaoonyesha kuwa Uislamu ulikuwepo kabla ya Muhammad.

🚀 Kwa hivyo, Qur'an inathibitisha makosa makubwa ya kisayansi, kitheolojia, na kihistoria, jambo linaloonyesha kuwa haikuwa na ujuzi wa hali ya juu wa sayansi na ukweli wa Mungu wa kweli. 🚀

📖 Kwa upande mwingine, Biblia inathibitisha ukweli wa kisayansi na haitoi makosa kuhusu mwendo wa Dunia na jua. 📖✨

SURA YA 07

Qur'an 18:83-90 – Jua Linazama Kwenye Chemuchemu ya Matope na Linachomoza Kwa Watu Wasio na Makazi

Katika Qur'an 18:83-90, kuna simulizi kuhusu Dhul-Qarnayn, ambaye mara nyingi anatambuliwa kama Alexander the Great au mtawala mwenye nguvu wa kale. Katika hadithi hii, Qur'an inaeleza kuwa jua linazama kwenye chemchemu yenye matope na linachomoza mahali ambapo kuna watu wasiokuwa na kivuli cha kulikinga.

Kwa mujibu wa wakosoaji wa Qur'an, aya hizi zinaonyesha makosa makubwa ya kisayansi, kwa sababu jua haliwezi kuzama mahali popote duniani, bali ni Dunia inayozunguka jua.

Katika sura hii, tutachunguza:

✅ Je, Qur'an inasema kuwa jua lina mahali panapoweza kuonekana likizama?

☑ Je, jua linaweza kuchomoza mahali ambapo hakuna kivuli kwa wanadamu?

☑ Je, Waislamu wa mwanzo walichukulia simulizi hii kuwa halisi au ya kinjozi?

☑ Je, kuna ushahidi wa kihistoria unaoonyesha kuwa simulizi hii ilitokana na hadithi za kale?

☑ Kwa nini Qur'an inaendelea na mtazamo wa kale wa kisayansi badala ya kueleza ukweli wa heliocentrizimu?

---

1. TAFSIRI YA QUR'AN 18:83-90

Katika Qur'an 18:83-90, tunasoma:

"Wanakuuliza kuhusu Dhul-Qarnayn. Sema: Nitakusomea habari zake kidogo. Hakika Sisi tulimfanya awe na nguvu katika ardhi na tukampa njia kwa kila jambo. Naye akafuata njia. Hata alipofika kwenye machweo ya jua, aliliona likizama katika chemchemu ya matope, na akakuta watu waliokuwa karibu yake. Tukasema: Ewe Dhul-Qarnayn! Unaweza kuwaadhibu, au unaweza kuwatendea wema. Kisha akaifuata njia nyingine. Hata alipofika mahali jua linapochomoza, alikuta likiwachomozea watu ambao hatukuwafanyia kivuli cha kuwalinda nalo." (Qur'an 18:84-90)

---

2. JE, QUR'AN INASEMA JUA LINA MAHALI HALISI LINAPOZAMA?

📌 Katika aya hizi, Qur'an inasema kuwa:

- Dhul-Qarnayn alitembea hadi kwenye mwisho wa Dunia.
- Akaona jua likizama kwenye chemchemu yenye matope.
- Akaona watu walioishi karibu na sehemu hiyo.

☑ Maswali ya Kisayansi:

- Je, jua linaweza kuzama kwenye chemchemu ya matope?
- Ikiwa jua linazama kwenye chemchemu fulani, basi inamaanisha kuwa Dunia ni bapa na ina mwisho fulani wa kijiografia.
- Sayansi inathibitisha kuwa Dunia ni duara, na jua haliwezi kuwa na sehemu moja ya kuzama.

📌 Qur'an inaeleza jambo ambalo si kweli kisayansi kwa sababu jua haliwezi kuzama kwenye maji au matope.

- Aya hii inatoa picha ya kimakosa ya kijiografia kwamba Dunia ina mwisho fulani ambapo jua linaweza kuzama.

---

3. JE, JUA LINAWEZA KUCHOMOZA KWA WATU WASIO NA KIVULI?

📌 Katika Qur'an 18:90, inasemekana kuwa Dhul-Qarnayn alifika mahali ambapo jua lilichomoza kwa watu wasio na kivuli:

- *"Hata alipofika mahali jua linapochomoza, alikuta likiwachomozea watu ambao hatukuwafanyia kivuli cha kuwalinda nalo."*

✅ Maswali ya Kisayansi:

- Je, kuna mahali duniani ambapo hakuna kivuli kabisa?
- Katika maeneo ya ikweta na jangwa, kivuli kinaweza kuwa kidogo, lakini haliwezi kutoweka kabisa.
- Ikiwa Qur'an ilimaanisha kuwa hawa watu hawakuwa na milima, majengo, au miti ya kuwapa kivuli, bado kivuli kingekuwepo kutokana na mwili wa mtu mwenyewe.

📌 Hitimisho:

- Qur'an inatoa dhana potofu kwamba kuna sehemu duniani ambapo jua huchomoza moja kwa moja kwa watu bila kivuli chochote.
- Katika sayansi ya hali ya anga, kila sehemu ya dunia ina kivuli fulani, isipokuwa katika nafasi ya anga.

---

4. JE, WAISLAMU WA MWANZO WALICHUKULIA HADITHI HII KWA MAANA HALISI?

✅ Ushahidi wa Kihistoria:

- Wanazuoni wa mwanzo wa Kiislamu, kama vile Ibn Kathir na Al-Tabari, walichukulia aya hizi kwa maana halisi.
- Hawakuona aya hizi kama fumbo, bali waliamini kuwa kweli jua lilizama kwenye chemchemu ya matope.
- Mashairi ya Kiarabu na Kisyria ya wakati huo pia yalielezea hadithi kama hizi, zikithibitisha kuwa dhana ya jua kuwa na sehemu ya kuzama ilikubalika sana.

📌 Hitimisho:

- Hadithi hii haikuwa tu fumbo au sitiari (metaphor), bali ilikuwa imani halisi miongoni mwa Waislamu wa mwanzo.
- Hii inaonyesha kuwa Qur'an iliingiza hadithi zilizokuwepo katika utamaduni wa Kiarabu na Kisyria bila kuchunguza ukweli wa kisayansi.

---

5. USHAHIDI WA KIHISTORIA: QUR'AN ILIKOPA HADITHI YA DHUL-QARNAYN?

✅ Hadithi za Kale Zilizofanana na Qur'an 18:83-90:

- Katika fasihi za zamani za Kisyria na Kiarabu, kulikuwa na simulizi za Alexander the Great akifika mwisho wa Dunia na kuona jua likizama katika maji.

- Hadithi hizi zilikuwa maarufu kati ya Waarabu wa kale, na Qur'an inaonekana kuwa iliingiza moja kwa moja imani hii katika maandiko yake.
- Kwa hivyo, Dhul-Qarnayn wa Qur'an ana mfanano mkubwa na Alexander the Great wa hadithi za Kisyria.

📌 Hitimisho:

- Qur'an haikuwa na ujuzi mpya, bali ilikopa hadithi zilizokuwepo na kuzifanya kuwa sehemu ya maandiko yake.
- Hii inathibitisha kuwa Qur'an ina makosa ya kihistoria na kisayansi.

---

6. QUR'AN INATHIBITISHA MAKOSA MAKUBWA YA KISAYANSI

Baada ya uchambuzi wa kina wa Qur'an 18:83-90, tunaweza kusema kuwa:

✅ Qur'an inasema kuwa jua linazama kwenye chemchemu ya matope, jambo ambalo si kweli kisayansi.

✅ Qur'an inasema kuwa kuna watu wanaoishi mahali ambapo jua linachomoza bila kivuli, jambo ambalo si kweli kisayansi.

✅ Waislamu wa mwanzo waliamini hadithi hii kwa maana halisi, wakiamini kuwa jua lina sehemu ya kuzama duniani.

✅ Qur'an inakopa hadithi kutoka katika maandiko ya Kisyria na Kiarabu kuhusu Alexander the Great, badala ya kuwa na ufunuo mpya wa kiungu.

🚀 Kwa hivyo, Qur'an inathibitisha mtazamo wa kale wa kisayansi usio sahihi, jambo linaloonyesha kuwa haikuwa na ujuzi wa hali ya juu wa sayansi ya kweli. 🚀

📖 Kwa upande mwingine, Biblia haitoi makosa ya kisayansi kuhusu mwendo wa jua, jambo linaloonyesha kuwa Mungu wa Biblia anaelewa sayansi ya kweli. 📖 ✨

KWA NINI ALLAH NA MUHAMMAD WALIDHANI KUWA JUA LINAZAMA KWENYE CHEMCHEMU YA MATOPENI?

Katika Qur'an 18:83-90, Allah anasimulia hadithi ya Dhul-Qarnayn, ambapo inadaiwa kuwa kiongozi huyu alisafiri hadi mwisho wa Dunia na kuona jua likizama kwenye chemchemu yenye matope. Swali linazuka: Je, ni kwa sababu ya imani yao potofu kuhusu mwendo wa jua? Au ni kwa sababu Allah na Muhammad hawakuwa na ujuzi wa kisayansi?

Katika sura hii, tutachunguza maswali yafuatayo kwa kina:

✅ Je, Allah na Muhammad walikosa ujuzi wa kisayansi?

✅ Kwa nini Qur'an inasisitiza kuwa jua lina mzunguko wake wa pekee?

✅ Ikiwa Allah ndiye Muumba wa Jua, kwa nini anafanya kosa kubwa kwa kusema kuwa linazama kwenye maji yenye matope?

✅ Je, Muhammad alikuwa nabii wa kweli au alikuwa tu mtu wa kawaida aliyekopa hadithi za kale?

✅ Je, Uislamu, Allah, na Muhammad wanaweza kufuatwa ikiwa wanafundisha uongo wa kisayansi?

---

1. KWA NINI ALLAH NA MUHAMMAD WALIDHANI JUA LINAZAMA KATIKA CHEMCHEMU YA MATOPENI?

Katika Qur'an 18:86, tunasoma:

"Hata alipofika kwenye machweo ya jua, aliliona likizama katika chemchemu ya matope, na akakuta watu waliokuwa karibu yake."

☑ Hii inamaanisha kuwa:

- Qur'an inadai kuwa Dhul-Qarnayn aliona jua likizama mahali fulani duniani.
- Jua linaelezewa kuwa linazama kwenye maji yenye matope.
- Watu wanaoishi karibu na eneo hilo walishuhudia tukio hili.

📌 Tatizo la Kisayansi:

- Jua haliwezi kuzama mahali popote duniani.
- Kwa sababu Dunia ni duara, jua linaonekana likizama kwa kila mtu kulingana na eneo lake, lakini si kwa mahali maalum.
- Sayansi ya kisasa inathibitisha kuwa mchana na usiku husababishwa na mzunguko wa Dunia, si kwa sababu ya mwendo wa jua.

☑ Hitimisho: Qur'an inatoa imani potofu ya watu wa kale waliodhani kuwa jua lina mahali halisi panapozama.

---

2. JE, QUR'AN INAAMINI KUWA JUA LINA MZUNGUKO WAKE PEKEE?

Katika Qur'an 36:38, inasemekana:

"Na jua linakwenda kwa kituo chake cha kupumzika. Hii ni hukumu ya Mwenye nguvu, Mwenye hekima."

📌 Tatizo:

- Hii inaashiria kuwa Qur'an inaamini kuwa jua lina mzunguko wake binafsi.
- Jua halina sehemu ya kupumzika; linabaki katikati ya mfumo wa jua huku sayari zikizunguka.
- Ikiwa Qur'an ilitoka kwa Mungu wa kweli, tungetegemea ieleze ukweli wa heliocentrizimu (mfumo wa Dunia kuzunguka Jua).

✅ Hitimisho: Qur'an inaendeleza imani ya kale ya geosentrizimu badala ya kueleza ukweli wa sayansi.

---

3. IKIWA ALLAH NDIYE MUUMBA WA JUA, KWA NINI ANASEMA LINAZAMA KWENYE MAJI YENYE MATOPE?

📌 Swali muhimu:

- Ikiwa Allah ndiye aliumba Jua, kwa nini anafanya makosa ya kisayansi kuhusu mwendo wake?
- Kwa nini anasema kuwa jua lina sehemu ya kupumzika na mahali pa kuzama?
- Kwa nini Qur'an inashindwa kueleza ukweli wa mzunguko wa Dunia?

✅ Ukweli wa Kisayansi:

- Jua halihamishwi kutoka sehemu moja kwenda nyingine; ni Dunia inayozunguka.
- Mchana na usiku ni matokeo ya mzunguko wa Dunia, si mwendo wa jua.
- Qur'an inakosa kueleza ukweli huu wa msingi wa kisayansi, jambo linalothibitisha kuwa si neno la Mungu wa kweli.

📌 Allah wa Qur'an anaonekana kuwa hana ujuzi wa kisayansi, jambo linalothibitisha kuwa si Muumba wa kweli wa Jua.

---

4. JE, MUHAMMAD ALIKUWA NABII WA KWELI AU MTU WA KAWAIDA ALIYEKOPA HADITHI ZA KALE?

✅ Ukweli wa Kihistoria:

- Katika wakati wa Muhammad, Waarabu wengi waliamini kuwa jua lina mahali pa kuzama.

- Hadithi kama hizi zilikuwa maarufu katika maandiko ya Kisyria na Kizoroastria.
- Inaonekana kuwa Muhammad alikopa hadithi hizi na kuziweka kwenye Qur'an, akiziamini kuwa ni kweli.

📌 Swali kubwa:

- Ikiwa Muhammad alikuwa nabii wa kweli, kwa nini alishindwa kutambua kuwa jua haliwezi kuzama kwenye maji yenye matope?
- Kwa nini Qur'an inashikilia mtazamo wa kisayansi wa watu wa kale badala ya kuonyesha maarifa ya kweli ya Mungu wa kweli?

☑ Hitimisho: Muhammad hakuwa na ujuzi wa kisayansi, na alikopa hadithi za kale kwa kuziamini kuwa ni ufunuo wa Mungu.

---

5. JE, UISLAMU, ALLAH, NA MUHAMMAD WANAWEZA KUFUATWA IKIWA WANAFUNDISHA UONGO WA KISAYANSI?

📌 Swali muhimu:

- Ikiwa Qur'an ni kitabu cha kweli cha Mungu, kwa nini kinatoa makosa mengi ya kisayansi?
- Ikiwa Muhammad alikuwa nabii wa kweli, kwa nini aliamini hadithi za kale badala ya ukweli wa kisayansi?
- Ikiwa Allah ndiye Muumba wa Jua, kwa nini anasema linazama kwenye maji yenye matope?

☑ Uislamu hauwezi kuwa dini ya kweli ikiwa unafundisha mambo yanayopingana na sayansi.

---

6. QUR'AN VS. SAYANSI NA UKWELI WA BIBLIA

Kigezo	Biblia na Sayansi ya Kisasa	Qur'an na Makosa ya Kisayansi
Jua linatembea?	Hapana, linaonekana kutembea kwa sababu ya mzunguko wa Dunia	Qur'an inasema lina sehemu ya kupumzika (Qur'an 36:38)
Jua lina mahali pa kuzama?	Hapana, jua halina sehemu ya kuzama	Qur'an inasema linazama kwenye chemchemu ya matope (Qur'an 18:86)
Je, Muhammad alikuwa nabii wa kweli?	Hapana, alikopa hadithi za kale	Ndiyo, lakini Qur'an inathibitisha kuwa aliamini uongo wa kisayansi

- Sayansi ya kisasa inathibitisha kuwa Qur'an inakosea kuhusu mwendo wa jua.
- Biblia haitoi makosa kama haya ya kisayansi.
- Muhammad alikopa hadithi za kale na kuzifanya kuwa sehemu ya Uislamu.

---

7. HITIMISHO KUU

Baada ya uchambuzi wa kina wa Qur'an 18:83-90, tunaweza kusema kuwa:

☑ Qur'an inasema kuwa jua linazama kwenye chemchemu ya matope, jambo ambalo si kweli kisayansi. ☑ Allah wa Qur'an hana ujuzi wa kisayansi, jambo linalothibitisha kuwa si Muumba wa kweli wa Jua.

✅ Muhammad alikopa hadithi za kale na kuzifanya kuwa sehemu ya Qur'an.

✅ Uislamu hauwezi kuwa dini ya kweli ikiwa unafundisha mambo yanayopingana na sayansi.

🚀 Kwa hivyo, Qur'an inathibitisha makosa makubwa ya kisayansi, jambo linaloonyesha kuwa Allah, Muhammad, na Uislamu si wa kufuatwa. 🚀📖✨

SURA YA 08

Quran 79:27-29 – Mbinguni Kuna Usiku na Mchana

Katika Qur'an 79:27-29, Qur'an inaeleza kuwa usiku na asubuhi ni sifa za mbingu yote. Hii inathibitisha kuwa mwandishi wa Qur'an alikuwa na mtazamo wa ulimwengu kulingana na maono ya macho yake, badala ya kuelewa ukweli wa kisayansi.

Katika sura hii, tutachunguza:

✅ Je, Qur'an inadhani kuwa mbingu nzima ina mchana na usiku?

✅ Je, usiku na mchana ni sifa ya mbingu yote au ni matokeo ya mzunguko wa Dunia?

✅ Je, Qur'an inaeleza mtazamo wa kale wa geosentrizimu badala ya ukweli wa kisayansi?

✅ Je, hii inathibitisha kuwa Allah na Muhammad walikuwa na uelewa mdogo wa sayansi?

1. TAFSIRI YA QUR'AN 79:27-30

Katika Qur'an 79:27-30, tunasoma:

"Je! Nyinyi ni wagumu wa kuumbwa au mbingu aliyoiunda? Aliiinua juu na akaitengeneza. Na akaifanya giza usiku wake, na akaleta mwangaza wa asubuhi wake. Na baada ya haya akaieneza ardhi."

☑ Aya hizi zinaonyesha kuwa:

- Usiku na mchana ni sifa za mbingu nzima.
- Allah alifanya mbingu kuwa na giza na mwangaza.
- Baada ya haya, aliitandaza ardhi.

📌 Tatizo la Kisayansi:

- Usiku na mchana si sifa ya mbingu nzima, bali ni matokeo ya mzunguko wa Dunia.
- Hakuna sehemu moja mbinguni ambako kuna usiku na mchana kwa wakati mmoja; hizi ni dhana zinazoathiriwa na nafasi ya Dunia kwa jua.
- Ikiwa Qur'an ni kitabu cha Mungu wa kweli, kwa nini haielezi kuwa mchana na usiku husababishwa na mzunguko wa Dunia badala ya kusema ni sifa za mbingu nzima?

☑ Hitimisho: Qur'an inatoa mtazamo wa kale wa kisayansi badala ya kueleza ukweli wa heliocentrizimu.

---

2. QUR'AN INASEMA USIKU NA MCHANA NI SIFA YA MBINGU NZIMA

Katika Qur'an 79:29, inasemekana:

"Akaifanya giza usiku wake, na akaleta mwangaza wa asubuhi wake."

☑ Maswali Muhimu:

- Je, kweli mbingu yote ina mchana na usiku?

- Je, usiku na mchana si sehemu ya Dunia pekee?
- Je, Qur'an inafundisha makosa ya kisayansi kuhusu muundo wa ulimwengu?

📌 Tatizo:

- Usiku na mchana ni matokeo ya mzunguko wa Dunia, si sifa za mbingu nzima.
- Hakuna sehemu moja ya anga yenye usiku na mchana kwa wakati mmoja.
- Ikiwa Qur'an ni neno la Mungu wa kweli, tungetegemea ieleze ukweli wa kisayansi, lakini badala yake inaendeleza imani ya kale ya geosentrizimu.

✅ Hitimisho: Qur'an inatoa makosa ya kisayansi kwa kudhani kuwa mbingu nzima ina usiku na mchana.

---

3. ULINGANISHO NA AYA NYINGINE ZA QUR'AN

📌 Kwa uthibitisho zaidi, tunapaswa kuangalia jinsi Qur'an inavyotumia maneno haya katika aya nyingine:

A. Qur'an 91:1-6 – Mchana na Usiku ni Sifa ya Jua na Mbingu

"Naapa kwa jua na mwangaza wake, na kwa mwezi unapoufua, na kwa mchana unapoifanya ionekane wazi, na kwa usiku unapoifunika."

✅ Tatizo la Kisayansi:

- Mchana na usiku havihusiani moja kwa moja na mbingu nzima, bali na Dunia.
- Qur'an inaeleza mtazamo wa kuona wa macho badala ya kuelewa kuwa mchana na usiku hutokana na mzunguko wa Dunia.

B. Qur'an 2:29 – Mbingu Iliundwa Kama Tabaka Saba

"Yeye ndiye aliyeumba vyote vilivyomo katika ardhi, kisha akageuka kwenda mbinguni na kuzifanya mbingu saba, naye anajua kila kitu."

✅ Tatizo la Kisayansi:

- Hakuna tabaka saba za mbingu, hii ni dhana ya kale iliyokuwepo kati ya Waarabu na Wagiriki.
- Sayansi inaonyesha kuwa anga ni kubwa na halina mipaka ya tabaka saba.

📌 Hitimisho:

- Qur'an inaendeleza imani ya kale ya mbingu kuwa na tabaka saba badala ya kueleza ukweli wa kisayansi.

---

4. JE, HII INATHIBITISHA KUWA ALLAH NA MUHAMMAD WALIKUWA NA UELEWA MDOGO WA SAYANSI?

✅ Ikiwa Qur'an ni kitabu cha Mungu wa kweli, tungetegemea ieleze ukweli wa sayansi, lakini badala yake:

- Inasema kuwa mbingu nzima ina mchana na usiku, jambo ambalo si kweli kisayansi.
- Inashindwa kueleza kuwa mchana na usiku hutokana na mzunguko wa Dunia.
- Inasisitiza mtazamo wa kale wa watu wa karne ya 7 badala ya ukweli wa heliocentrizimu.

📌 Tatizo la Kitheolojia:

- Ikiwa Allah anaelewa kila kitu, kwa nini anafanya makosa ya kisayansi?
- Ikiwa Muhammad alikuwa nabii wa kweli, kwa nini hakufundisha ukweli wa kisayansi?

✅ Qur'an inathibitisha kuwa Allah na Muhammad walikuwa na uelewa mdogo wa sayansi.

---

5. ULINGANISHO WA QUR'AN NA SAYANSI YA KISASA

Kigezo	**Sayansi ya Kisasa**	**Qur'an na Makosa ya Kisayansi**
Mchana na Usiku	Husababishwa na mzunguko wa Dunia	Qur'an inasema ni sifa ya mbingu nzima (Qur'an 79:29)
Muundo wa Mbingu	Anga ni pana na halina mipaka saba	Qur'an inasema kuna mbingu saba (Qur'an 2:29)
Je, Qur'an ina ujuzi wa kisayansi?	Hapana, inaendelea na imani ya kale	Ndiyo, lakini inathibitisha mtazamo wa geosentrizimu

Sayansi ya kisasa inathibitisha kuwa Qur'an inakosea kuhusu mchana na usiku.

- Biblia haitoi makosa haya ya kisayansi.
- Qur'an inathibitisha kuwa Allah na Muhammad walikuwa na uelewa mdogo wa sayansi.

Baada ya uchambuzi wa kina wa Qur'an 79:27-29, tunaweza kusema kuwa:

☑ Qur'an inasema kuwa mbingu nzima ina mchana na usiku, jambo ambalo si kweli kisayansi.

☑ Usiku na mchana ni matokeo ya mzunguko wa Dunia, si sifa ya mbingu nzima.

☑ Qur'an inathibitisha mtazamo wa kale wa geosentrizimu badala ya ukweli wa heliocentrizimu.

☑ Ikiwa Allah ni Mungu wa kweli, kwa nini anafanya makosa ya kisayansi?

☑ Ikiwa Muhammad alikuwa nabii wa kweli, kwa nini hakufundisha ukweli wa kisayansi?

🚀 Kwa hivyo, Qur'an inathibitisha makosa makubwa ya kisayansi, jambo linaloonyesha kuwa Allah na Muhammad hawakuwa na ujuzi wa hali ya juu wa sayansi ya kweli. 🚀

📖 Kwa upande mwingine, Biblia haitoi makosa ya kisayansi kuhusu mwendo wa Dunia na jua, jambo linaloonyesha kuwa Mungu wa Biblia anaelewa sayansi ya kweli. 📖✨

ALLAH ANAVYOSEMA KUHUSU UUMBAJI WA MBINGU SABA

Katika Qur'an 2:29, Qur'an inasema kuwa Allah aliumba vyote vilivyomo katika ardhi, kisha akageukia mbinguni na kuifanya kuwa mbingu saba. Lakini, je, hii ni kweli kisayansi? Je, Qur'an inaeleza ukweli kuhusu muundo wa ulimwengu, au ni imani ya kale ya watu wa karne ya 7?

Katika sura hii, tutachunguza:

☑ Je, Qur'an inaeleza uumbaji wa mbingu na ardhi kwa usahihi wa kisayansi?

☑ Je, dhana ya mbingu saba ina msingi wa kisayansi au ni imani potofu ya watu wa zamani?

☑ Je, Qur'an inaonyesha kuwa nyota na nyota za mshtuko (meteors) ni mapambo ya mbingu ya chini?

☑ Je, hii inaonyesha kuwa Allah hana uelewa wa kisayansi wa kweli?

---

1. TAFSIRI YA QUR'AN 2:29

Katika Qur'an 2:29, tunasoma:

"Yeye ndiye aliyeumba vyote vilivyomo katika ardhi, kisha akageukia mbinguni na kuzifanya mbingu saba. Naye ni mjuzi wa kila kitu."

☑ Maana ya aya hii:

- Allah anasema kuwa aliumba kila kitu kilichomo duniani kwanza.
- Baadaye aliumba mbingu saba.
- Allah anajua kila kitu, kulingana na Qur'an.

📌 Tatizo la Kisayansi:

- Sayansi ya kisasa inaonyesha kuwa mbingu (anga) ilikuwepo kabla ya Dunia, na si kinyume chake.
- Dunia ni sehemu ndogo sana ya ulimwengu na haikuwa ya kwanza kuumbwa.
- Ikiwa Qur'an ni neno la Mungu wa kweli, kwa nini haielezi ukweli wa kisayansi?

✅ Qur'an inatoa mtazamo wa watu wa kale kuhusu uumbaji wa ulimwengu badala ya ukweli wa kisayansi.

---

2. QUR'AN INASEMA MBINGU ZILIINULIWA BILA NGUZO ZINAZOONEKANA

Katika Qur'an 13:2, tunasoma:

"Mwenyezi Mungu ndiye aliyeinua mbingu bila nguzo mnazoziona."

✅ Maswali ya Kisayansi:

- Je, kuna mbingu saba zilizo juu ya Dunia?
- Je, Qur'an inaeleza ukweli wa kisayansi kuhusu nafasi (space) au ni mtazamo wa watu wa kale?
- Je, Qur'an inajichanganya kwa kusema kuwa mbingu ilijengwa na Allah lakini haielezi muundo wake kwa usahihi?

📌 Tatizo:

- Hakuna mbingu saba katika sayansi ya kisasa; ulimwengu ni moja, na hauna tabaka saba.
- Qur'an inaonekana kuchanganya anga la Dunia na ulimwengu mkubwa wa galaksi na sayari.

☑ Qur'an inatoa mtazamo wa kale wa mbingu badala ya kueleza ukweli wa kisayansi.

---

3. QUR'AN INASEMA ALLAH ALIJENGA MBINGU NA KUIPAMBA KWA NYOTA

Katika Qur'an 50:6, tunasoma:

"Je, hawaangalii mbingu zilizo juu yao, jinsi tulivyozijenga na kuzipamba?"

📌 Tatizo la Kisayansi:

- Nyota hazijapamba mbingu ya Dunia pekee, bali zipo kote katika ulimwengu mkubwa.
- Qur'an inaonekana kudhani kuwa nyota zipo katika mbingu ya chini, jambo ambalo si kweli.
- Ikiwa Allah ni Muumba wa kweli wa nyota, kwa nini Qur'an inakosea kueleza nafasi yao?

☑ Hitimisho: Qur'an inaonyesha kuwa Allah hana uelewa wa kisayansi wa kweli kuhusu nyota na muundo wa ulimwengu.

---

4. QUR'AN INASEMA NYOTA NA METEORS NI MAPAMBO YA MBINGU YA CHINI

Katika Qur'an 37:6, Qur'an 41:12 na Qur'an 67:5, tunasoma:

"Na kwa hakika tumezipamba mbingu za karibu kwa nyota na tumefanya nyota kama ulinzi dhidi ya mashetani."

☑ Maswali ya Kisayansi:

- Je, nyota ziko katika mbingu ya chini?
- Je, sayansi inathibitisha kuwa meteors ni ulinzi dhidi ya mashetani?
- Je, Qur'an inatoa maelezo sahihi kuhusu nyota?

📌 Tatizo:

- Nyota zipo kote katika ulimwengu, si kwenye mbingu ya chini pekee.
- Meteors ni miamba midogo inayoingia katika anga ya Dunia na si ulinzi dhidi ya mashetani.
- Ikiwa Qur’an ni neno la Mungu wa kweli, kwa nini inaeleza makosa ya kisayansi?

✅ Qur’an inatoa maelezo yasiyo sahihi kuhusu nyota na meteors.

---

5. ULINGANISHO WA QUR’AN NA SAYANSI YA KISASA

Kigezo	**Sayansi ya Kisasa**	**Qur’an na Makosa ya Kisayansi**
Muundo wa Ulimwengu	Ulimwengu ni moja na hauna tabaka saba	Qur’an inasema kuna mbingu saba (Qur’an 2:29)
Nyota na Metcors	Nyota zipo kote ulimwenguni, meteors ni miamba ya anga	Qur’an inasema meteors ni ulinzi dhidi ya mashetani (Qur’an 67:5)
Dunia na Mbingu	Ulimwengu uliundwa kabla ya Dunia	Qur’an inasema Dunia iliundwa kwanza

📌 Sayansi ya kisasa inathibitisha kuwa Qur’an inakosea kuhusu muundo wa ulimwengu.

- Biblia haitoi makosa haya ya kisayansi.
- Qur’an inathibitisha kuwa Allah hana ujuzi wa kisayansi wa kweli.

---

6. HITIMISHO KUU

Baada ya uchambuzi wa kina wa Qur'an 2:29, Qur'an 13:2, Qur'an 50:6 na aya nyingine, tunaweza kusema kuwa:

✅ Qur'an inasema kuwa Allah aliunda mbingu saba, jambo ambalo si kweli kisayansi.

✅ Nyota hazipo katika mbingu ya chini, bali zipo kote ulimwenguni.

✅ Meteors si ulinzi dhidi ya mashetani, bali ni miamba midogo inayoingia katika anga ya Dunia.

✅ Ikiwa Allah ni Mungu wa kweli, kwa nini anafanya makosa ya kisayansi?

✅ Ikiwa Muhammad alikuwa nabii wa kweli, kwa nini hakufundisha ukweli wa kisayansi?

🚀 Kwa hivyo, Qur'an inathibitisha makosa makubwa ya kisayansi, jambo linaloonyesha kuwa Allah na Muhammad hawakuwa na ujuzi wa hali ya juu wa sayansi ya kweli. 🚀

📖 Kwa upande mwingine, Biblia haitoi makosa ya kisayansi kuhusu muundo wa ulimwengu, jambo linaloonyesha kuwa Mungu wa Biblia anaelewa sayansi ya kweli. 📖✨

SURA YA 09

Mzunguko wa Kawaida wa Jua

Katika Qur'an, kuna aya kadhaa zinazoonyesha kuwa jua lina mzunguko wake wa kawaida, unaorudiwa mara kwa mara, na kwamba linafanana kwa kiasi fulani na mzunguko wa mwezi pamoja na mzunguko wa mchana na usiku.

Katika sura hii, tutachunguza:

☑ Je, Qur'an inaeleza kwa usahihi kuhusu mwendo wa jua?

☑ Je, Qur'an inafundisha mtazamo wa geosentrizimu au heliocentrizimu?

☑ Je, kuna makosa ya kisayansi kuhusu mzunguko wa jua ndani ya Qur'an?

☑ Je, Qur'an inathibitisha kuwa Uislamu unategemea mfumo wa kale wa kuhesabu muda badala ya sayansi ya kweli?

---

1. TAFSIRI YA QUR'AN KUHUSU MZUNGUKO WA JUA

Katika Qur'an 13:2, tunasoma:

"Na akalifanya jua na mwezi vitii amri yake; kila kimoja kinapita katika njia yake kwa muda uliopangwa; Yeye anasimamia mambo yote na anafafanua ishara zake kwa uwazi."

✅ Hii inamaanisha kuwa:

- Jua na mwezi vina mwendo ulioamriwa na Allah.
- Kila kimoja kinafuata njia yake kwa muda uliopangwa.
- Allah anasimamia mwendo wao na anawafanya wawe watumishi wa wanadamu.

📌 Tatizo la Kisayansi:

- Jua halina mzunguko wa kila siku kama linavyoonekana kwa macho ya mwanadamu wa kawaida.
- Dunia ndiyo inayozunguka jua, na si kinyume chake.
- Ikiwa Qur'an ni neno la Mungu wa kweli, kwa nini haielezi ukweli wa heliocentrizimu?

✅ Qur'an inatoa mtazamo wa geosentrizimu, jambo ambalo si sahihi kisayansi.

---

2. QUR'AN INASEMA JUA NA MWEZI VINAKIMBIA KWENYE NJIA YAO

Katika Qur'an 31:29, tunasoma:

"Huoni kuwa Allah anaunganisha usiku na mchana, na anafanya jua na mwezi vitii amri yake? Kila kimoja kinakimbia katika njia yake kwa muda uliopangwa. Na Allah anajua yote mnayoyatenda."

✅ Tatizo la Kisayansi:

- Mwezi unazunguka Dunia, lakini Qur'an haielezi hili kwa usahihi.
- Jua halizunguki Dunia, bali Dunia ndiyo inayozunguka jua.

- Hili linaonyesha kuwa Qur'an ina mtazamo wa watu wa kale badala ya ukweli wa kisayansi.

📌 Qur'an inasisitiza makosa ya kisayansi kwa kudai kuwa jua lina mzunguko wake badala ya kueleza ukweli wa heliocentrizimu.

---

3. QUR'AN INASEMA JUA NA MWEZI VINAFUATA MZUNGUKO ULIOAMRIWA

Katika Qur'an 55:5, tunasoma:

"Jua na mwezi vinakimbia katika njia zao kwa hesabu iliyoamriwa."

📌 Maneno Muhimu katika Kiarabu:

- Alshamsu (الشَّمْسُ) – Jua
- Walqamaru (وَالْقَمَرُ) – Mwezi
- Bihusbanin (بِحُسْبَانٍ) – Kwa hesabu iliyopangwa

✅ Maana ya Husban:

- "Hesabu iliyoamuliwa,"
- "Njia iliyopangwa,"
- "Mzunguko wa anga,"
- "Mwendo uliokokotolewa."

✅ Tatizo la Kisayansi:

- Qur'an inaeleza kuwa jua na mwezi vinafuata njia zao kwa hesabu iliyoamriwa, lakini inashindwa kufafanua kuwa jua ni kitu cha kudumu ambacho hakizunguki Dunia.
- Sayansi inaonyesha kuwa jua liko katikati ya mfumo wa jua, na Dunia pamoja na sayari nyingine huzunguka kulizunguka.
- Kwa nini Qur'an inakosea kueleza muundo wa mfumo wa jua?

📌 Hitimisho: Qur'an inathibitisha kuwa ina mtazamo wa kale wa kisayansi wa geosentrizimu badala ya kueleza ukweli wa heliocentrizimu.

4. QUR'AN INATHIBITISHA KUTEGEMEA MFUMO WA KALE WA KUPIMA MUDA

📌 Kwa nini Qur'an inahimiza kuwa jua na mwezi vinafuata mzunguko wao wa kawaida?

✅ Kwa sababu mfumo wa Uislamu unategemea kalenda ya mwezi na mzunguko wa jua kwa ibada mbalimbali, kama vile:

- Swala za kila siku zinategemea mwendo wa jua.
- Mfungo wa Ramadhani huanza baada ya kuonekana kwa mwezi mpya.
- Hija hufanyika kwa mujibu wa kalenda ya Kiislamu ya mwezi.

📌 Tatizo:

- Hili linaonyesha kuwa Uislamu unategemea mfumo wa kale wa kupima muda badala ya kueleza ukweli wa kisayansi wa heliocentrizimu.
- Ikiwa Qur'an ni kitabu cha Mungu wa kweli, kwa nini inashindwa kueleza kuwa mchana na usiku hutokana na mzunguko wa Dunia?

✅ Qur'an inathibitisha kuwa Uislamu unategemea mfumo wa zamani wa kupima muda, badala ya kuelewa ukweli wa kisayansi.

5. QUR'AN VS. SAYANSI YA KISASA NA BIBLIA

Kigezo	**Sayansi ya Kisasa**	**Qur'an na Makosa ya Kisayansi**
Jua linatembea?	Hapana, linaonekana kutembea kwa sababu	Qur'an inasema linafuata njia yake kwa muda uliopangwa (Qur'an 13:2)

Kigezo	Sayansi ya Kisasa	Qur'an na Makosa ya Kisayansi
	ya mzunguko wa Dunia	
Dunia inazunguka Jua?	Ndiyo, kwa muda wa siku 365.25	Qur'an haielezi hili, badala yake inaonyesha geosentrizimu
Mwezi unazunguka Dunia?	Ndiyo, kwa muda wa siku 29.5	Qur'an inasema mwezi una njia yake, lakini haifafanui kuwa unazunguka Dunia
Kupima muda wa Kiislamu	Sayansi inatumia kalenda ya jua	Qur'an inategemea kalenda ya mwezi na mfumo wa kale wa muda

📌 Sayansi ya kisasa inathibitisha kuwa Qur'an inakosea kuhusu mzunguko wa jua.

- Biblia haitoi makosa haya ya kisayansi.
- Uislamu unategemea mfumo wa kale wa kupima muda badala ya kueleza ukweli wa heliocentrizimu.

Baada ya uchambuzi wa kina wa Qur'an 13:2, Qur'an 31:29, Qur'an 55:5, na aya nyingine, tunaweza kusema kuwa:

✅ Qur'an inasema kuwa jua linafuata njia yake, jambo ambalo si kweli kisayansi.

✅ Mwezi unazunguka Dunia, lakini Qur'an haifafanui hili kwa usahihi.

✅ Dunia ndiyo inayozunguka Jua, lakini Qur'an haielezi ukweli huu.

✅ Ikiwa Allah ni Mungu wa kweli, kwa nini anafanya makosa ya kisayansi?

✅ Ikiwa Muhammad alikuwa nabii wa kweli, kwa nini hakufundisha ukweli wa heliocentrizimu?

🚀 Kwa hivyo, Qur'an inathibitisha makosa makubwa ya kisayansi, jambo linaloonyesha kuwa Allah na Muhammad hawakuwa na ujuzi wa hali ya juu wa sayansi ya kweli. 🚀

📖 Kwa upande mwingine, Biblia haitoi makosa ya kisayansi kuhusu mwendo wa Dunia na jua, jambo linaloonyesha kuwa Mungu wa Biblia anaelewa sayansi ya kweli. 📖✨

JUA NA UPIMAJI WA MUDA

Katika maisha ya Muhammad, ilikua jambo la kawaida kutumia jua na mwezi kama njia ya kupima muda. Hii inaeleza kwa nini Qur'an inasisitiza kuwa mzunguko wa jua na mwezi umeamriwa na Allah kama alama ya kalenda ya Kiislamu na ishara ya kimungu ya upimaji wa muda.

Katika sura hii, tutachunguza:

✅ Je, Qur'an inatoa mtazamo wa kisayansi wa upimaji wa muda?

✅ Je, Qur'an inathibitisha kuwa Uislamu hutegemea mfumo wa kale wa kalenda ya mwezi badala ya kalenda ya jua?

✅ Je, kuna makosa ya kisayansi kuhusu jinsi Qur'an inavyoeleza mwendo wa jua na mwezi katika upimaji wa muda?

✅ Je, Qur'an inakubali kuwa mchana na usiku vinategemea mzunguko wa Dunia?

---

1. TAFSIRI YA QUR'AN KUHUSU JUA NA UPIMAJI WA MUDA

Katika Qur'an 6:96, tunasoma:

"Yeye ndiye anayechanua mapambazuko kutoka kwenye giza: Anaufanya usiku kuwa wa mapumziko na utulivu, na jua na mwezi kwa ajili ya kuhesabu muda."

✍ Ufafanuzi:

- Jua na mwezi vimetajwa kama njia ya kupima muda.
- Allah anasemekana kuwa ndiye anayeamuru mfumo wa mchana na usiku.
- Hata hivyo, Qur'an haielezi kuwa mchana na usiku hutokana na mzunguko wa Dunia, jambo linalothibitishwa na sayansi.

☑ Qur'an inatoa maelezo yenye makosa ya kisayansi kuhusu upimaji wa muda kwa kushindwa kueleza kuwa mchana na usiku hutokana na mzunguko wa Dunia.

---

2. QUR'AN INASEMA ALLAH ALIANZISHA MIEZI KUMI NA MIWILI KWA UPIMAJI WA MUDA

Katika Qur'an 9:36, tunasoma:

"Hakika idadi ya miezi mbele ya Allah ni miezi kumi na miwili katika mpango wa Allah tangu Siku aliyoumba mbingu na ardhi; kati ya hizo, nne ni miezi mitakatifu. Hii ndiyo dini iliyonyooka, kwa hivyo msidhulumu nafsi zenu ndani yake. Na piganeni dhidi ya washirikina wote kwa pamoja kama wao wanavyopigana nanyi kwa pamoja. Na jueni kwamba Allah yuko pamoja na wacha-Mungu."

✍ Ufafanuzi:

- Mwezi umetajwa kuwa msingi wa kalenda ya Kiislamu.
- Mwaka wa Kiislamu una miezi 12 ya mzunguko wa mwezi.
- Hii inaonyesha kuwa Uislamu hutegemea kalenda ya mwezi badala ya kalenda ya jua inayotumika katika sayansi na nyanja za kisasa.

☑ Hitimisho: Uislamu hutegemea mfumo wa kale wa kalenda ya mwezi, badala ya kalenda ya kisayansi ya jua.

3. QUR'AN INASEMA JUA NA MWEZI VINATUMIKA KUPIMA MIAKA NA MUDA

Katika Qur'an 10:5, tunasoma:

"Ni Yeye aliyelifanya Jua kuwa nuru angavu na mwezi kuwa mwangaza wa kupendeza, na akapanga hatua zake ili mpate kujua idadi ya miaka na hesabu ya muda. Hakika Allah hakuumba haya ila kwa haki na uadilifu. Hivi ndivyo anavyoeleza ishara zake kwa uwazi kwa wale wenye elimu."

📌 Tatizo la Kisayansi:

- Mwezi hauna mwanga wake mwenyewe; unareflect mwanga wa jua.
- Jua halikutengenezwa kwa ajili ya kupima muda, bali ni chanzo cha nishati kwa Dunia.
- Hii inaonyesha kuwa Qur'an ina mtazamo wa kuona wa macho wa mwanadamu wa kale, badala ya kueleza ukweli wa kisayansi wa heliocentrizimu.

✅ Hitimisho: Qur'an inaendeleza mtazamo wa watu wa kale kuhusu mwendo wa jua na mwezi badala ya kueleza ukweli wa kisayansi.

---

4. QUR'AN INASEMA USIKU NA MCHANA NI ISHARA ZA KIMUNGU KWA KUPIMA MUDA

Katika Qur'an 17:12, tunasoma:

"Na tumefanya usiku na mchana kuwa ishara mbili, kisha tukafuta ishara ya usiku na tukafanya ishara ya mchana ionekane wazi, ili mpate kutafuta neema kutoka kwa Mola wenu, na ili mpate kujua idadi ya miaka na upimaji wa muda; na tumeeleza kila kitu kwa uwazi."

📌 Tatizo la Kisayansi:

- Usiku na mchana si "ishara za kimungu," bali ni matokeo ya mzunguko wa Dunia.

- Ikiwa Qur'an ni kitabu cha Mungu wa kweli, kwa nini haielezi kuwa mchana na usiku hutokana na mzunguko wa Dunia?

☑ Hitimisho: Qur'an inatoa maelezo yasiyo sahihi kuhusu mchana na usiku, kwa kushindwa kueleza ukweli wa kisayansi.

---

5. QUR'AN INATHIBITISHA MFUMO WA KALE WA KUPIMA MUDA WA KIISLAMU

📌 Kwa nini Qur'an inasisitiza kuwa jua na mwezi vinatumika kupima muda?

☑ Kwa sababu mfumo wa Kiislamu hutegemea:

- Mwezi kuamua mwanzo wa miezi ya Kiislamu, kama vile Ramadhani.
- Mwendo wa jua kupima muda wa sala tano za kila siku.
- Mzunguko wa mwezi kwa kutangaza siku kuu za kidini, kama vile Hija.

📌 Tatizo:

- Hii inaonyesha kuwa Uislamu unategemea mfumo wa zamani wa kupima muda badala ya kuelewa ukweli wa kisayansi.
- Ikiwa Qur'an ni kitabu cha Mungu wa kweli, kwa nini haielezi ukweli wa heliocentrizimu na jinsi kalenda ya kisasa inavyofanya kazi?

☑ Uislamu hutegemea mfumo wa zamani wa kupima muda badala ya kuelewa ukweli wa kisayansi wa heliocentrizimu.

---

6. QUR'AN VS. SAYANSI YA KISASA NA BIBLIA

Kigezo	**Sayansi ya Kisasa**	**Qur'an na Makosa ya Kisayansi**
Mwezi una mwanga wake?	Hapana, unareflect mwanga wa jua	Qur'an inasema mwezi ni mwangaza wake mwenyewe (Qur'an 10:5)
Mchana na usiku husababishwa na nini?	Husababishwa na mzunguko wa Dunia	Qur'an inasema ni ishara za kimungu (Qur'an 17:12)
Kalenda Bora Kisayansi	Kalenda ya jua ni sahihi zaidi	Qur'an inasisitiza kalenda ya mwezi (Qur'an 9:36)

📌 Sayansi ya kisasa inathibitisha kuwa Qur'an inakosea kuhusu mwendo wa jua na mwezi.

- Biblia haitoi makosa haya ya kisayansi.
- Uislamu hutegemea mfumo wa zamani wa kupima muda badala ya kuelewa ukweli wa kisayansi.

Baada ya uchambuzi wa kina wa Qur'an 6:96, Qur'an 9:36, Qur'an 10:5, na Qur'an 17:12, tunaweza kusema kuwa:

✅ Qur'an inasema kuwa jua na mwezi vinatumika kupima muda, lakini inashindwa kueleza ukweli wa kisayansi.

✅ Mwezi hauna mwanga wake mwenyewe, lakini Qur'an inaeleza vinginevyo.

✅ Dunia ndiyo inayozunguka jua, lakini Qur'an haielezi ukweli huu.

✅ Ikiwa Allah ni Mungu wa kweli, kwa nini anafanya makosa ya kisayansi?

✅ Ikiwa Muhammad alikuwa nabii wa kweli, kwa nini hakufundisha ukweli wa heliocentrizimu?

🚀 Kwa hivyo, Qur'an inathibitisha makosa makubwa ya kisayansi, jambo linaloonyesha kuwa Allah na Muhammad hawakuwa na ujuzi wa hali ya juu wa sayansi ya kweli. 🚀

📖 Kwa upande mwingine, Biblia haitoi makosa ya kisayansi kuhusu mwendo wa Dunia na jua. 📖✨

JUA NA SWALA ZA KILA SIKU

Katika Uislamu, jua hutumika kama kipimo cha muda kwa ajili ya swala tano za kila siku, kama ilivyoelezwa katika Qur'an. Hii inaonyesha kuwa mfumo wa Kiislamu wa ibada unategemea mwendo unaoonekana wa jua badala ya kuelewa ukweli wa kisayansi kwamba mchana na usiku husababishwa na mzunguko wa Dunia, si mwendo wa jua.

Katika sura hii, tutachunguza:

✅ Je, Qur'an inatoa mtazamo wa kisayansi wa upimaji wa muda kwa kutumia jua?

✅ Je, swala tano zinathibitisha kuwa Uislamu unategemea geosentrizimu badala ya heliocentrizimu?

✅ Je, Qur'an inafafanua kwa usahihi wakati wa kila swala?

✅ Je, kuna makosa ya kisayansi katika jinsi Qur'an inavyoeleza mwendo wa jua?

---

1. QUR'AN INATUMIA MWENDO WA JUA KUPIMA MUDA WA SWALA

Katika Qur'an, swala tano zimeelezewa kwa kutaja mwendo wa jua angani. Hii inaonyesha kuwa mfumo wa Uislamu wa ibada unategemea mtazamo wa kuona kwa macho badala ya kuelewa ukweli wa kisayansi kuhusu mchana na usiku.

📌 Aya zinazotaja swala tano na uhusiano wao na mwendo wa jua:

1. Swala ya Alfajiri (Salat al-Fajr) – Kabla ya Jua Kuchomoza

📖 Qur'an 17:78

"Simamisha swala wakati wa jua kupinduka na hadi giza la usiku, na Qur'ani ya alfajiri. Hakika Qur'ani ya alfajiri inashuhudiwa."

📖 Qur'an 20:130

"Basi vumilia juu ya yale wanayosema, na umsabihi Mola wako kwa sifa zake kabla ya kuchomoza kwa jua na kabla ya kuzama kwake."

📖 Qur'an 24:58

"Enyi mlioamini! Waamrishe watumwa wenu na wale ambao bado hawajafikia baleghe miongoni mwenu, waombe ruhusa mara tatu: kabla ya swala ya alfajiri, na wakati wa mapumziko ya adhuhuri, na baada ya swala ya isha."

☑ Maana ya Kisayansi:

- Alfajiri inatazamwa kama wakati kabla ya jua kuchomoza, lakini Qur'an haielezi kuwa hii ni kwa sababu ya mzunguko wa Dunia.
- Qur'an inaonekana kudhani kuwa jua ndilo linalotembea badala ya kuelewa kuwa Dunia ndiyo inayozunguka.

---

2. Swala ya Adhuhuri (Salat al-Zuhr) – Baada ya Jua Kufikia Kilele

📖 Qur'an 17:78

"Simamisha swala wakati wa jua kupinduka na hadi giza la usiku."

📌 Ufafanuzi:

- Swala hii hufanyika baada ya jua kufikia kilele angani.

- Qur'an haitaji kuwa ni Dunia inayozunguka, bali inaeleza kana kwamba jua linapinduka.

☑ Tatizo la Kisayansi:

- Sayansi inaonyesha kuwa jua halipinduki, bali Dunia inayozunguka husababisha mabadiliko haya.

---

3. Swala ya Alasiri (Salat al-Asr) – Kabla ya Jua Kuzama

📖 Qur'an 2:238

"Hifadhini Swala, na Swala ya katikati (Asr), na simameni kwa ajili ya Allah kwa unyenyekevu."

📖 Qur'an 20:130

"Na umsabihi Mola wako kabla ya kuzama kwa jua."

📖 Qur'an 50:39

"Basi vumilia juu ya yale wanayosema, na umsabihi Mola wako kwa sifa zake kabla ya kuchomoza kwa jua na kabla ya kuzama kwake."

☑ Maana ya Kisayansi:

- Swala hii hutegemea urefu wa kivuli cha kitu kinavyoendelea kuongezeka kabla ya jua kuzama.
- Qur'an haielezi kuwa ni Dunia inayozunguka na kusababisha jua kuonekana likishuka, bali inahimiza mtazamo wa macho wa kuona jua linapungua.

---

4. Swala ya Magharibi (Salat al-Maghrib) – Baada ya Jua Kuzama

📖 Qur'an 20:130

"Na umsabihi Mola wako kwa sifa zake kabla ya kuchomoza kwa jua na kabla ya kuzama kwake."

📖 Qur'an 50:39

"Na umsabihi Mola wako kwa sifa zake kabla ya kuzama kwa jua."

📌 Tatizo:

- Qur'an haitaji swala ya Magharibi kwa uwazi, lakini inahusisha kusabihi kabla ya jua kuzama.
- Swala hii hufanyika baada ya jua kutoweka, lakini Qur'an haielezi kuwa ni kwa sababu ya mzunguko wa Dunia.

☑ Hitimisho: Qur'an inaonyesha kuwa jua ndilo linalotembea badala ya kueleza ukweli wa heliocentrizimu.

---

5. Swala ya Isha (Salat al-Isha) – Kati ya Usiku na Alfajiri

📖 Qur'an 11:114

"Simamisha swala mwisho wa mchana na sehemu za usiku."

📖 Qur'an 17:79

"Na katika sehemu ya usiku simama kwa ajili ya swala ya tahajjud."

📖 Qur'an 20:130

"Na umsabihi Mola wako kwa sifa zake kabla ya kuchomoza kwa jua na kabla ya kuzama kwake, na baadhi ya nyakati za usiku."

☑ Maana ya Kisayansi:

- Swala hii hufanyika baada ya giza kuingia na inaendelea hadi alfajiri.
- Qur'an haitaji kuwa ni mzunguko wa Dunia unaosababisha usiku na mchana, badala yake inahimiza dhana ya kuona jua likizama.

---

6. QUR'AN INATHIBITISHA MFUMO WA KALE WA GEOSENTRIZIMU

📌 Kwa nini Qur'an inatumia jua kupima muda wa swala badala ya kueleza ukweli wa sayansi?

✅ Kwa sababu Uislamu hutegemea:

- Mwonekano wa jua ili kuamua muda wa swala tano.
- Mwezi kuamua mwanzo wa miezi ya Kiislamu.
- Mwendo wa jua angani kama kipimo cha muda cha ibada.

📌 Tatizo:

- Hii inaonyesha kuwa Qur'an inategemea mfumo wa zamani wa kupima muda badala ya kueleza ukweli wa kisayansi wa heliocentrizimu.

✅ Uislamu hutegemea mfumo wa zamani wa kupima muda kwa kutumia jua, badala ya kuelewa ukweli wa kisayansi wa heliocentrizimu.

---

7. HITIMISHO KUU

Baada ya uchambuzi wa kina wa Qur'an 17:78, Qur'an 20:130, Qur'an 24:58, Qur'an 2:238, Qur'an 50:39, Qur'an 11:114, na Qur'an 17:79, tunaweza kusema kuwa:

✅ Qur'an inasema kuwa swala tano zinategemea mwendo wa jua, lakini haielezi ukweli wa kisayansi.

✅ Mchana na usiku hutokana na mzunguko wa Dunia, lakini Qur'an haielezi hivyo.

✅ Uislamu hutegemea mfumo wa zamani wa upimaji wa muda badala ya kuelewa ukweli wa heliocentrizimu.

✅ Ikiwa Allah ni Mungu wa kweli, kwa nini anafanya makosa ya kisayansi kuhusu mwendo wa jua?

🚀 Kwa hivyo, Qur'an inathibitisha makosa makubwa ya kisayansi, jambo linaloonyesha kuwa Allah na

Muhammad hawakuwa na ujuzi wa hali ya juu wa sayansi ya kweli.

SURA YA 10

Utafsiri Mpya Wa Heliosentrizimu Katika Qur'an

Katika nuru ya aya nyingi zinazoelezea mfumo wa geosentrizimu (mfumo wa jua kuzunguka Dunia) ndani ya Qur'an na changamoto hii inavyopingana na sayansi ya kisasa, wanazuoni wengi wa Kiislamu wa kisasa wamejaribu kusoma upya Qur'an ili kuonyesha kwamba inakubaliana na heliosentrizimu (mfumo wa Dunia kuzunguka jua).

Katika sura hii, tutachunguza:

- ☑ Je, Qur'an inazungumzia heliosentrizimu au geosentrizimu?
- ☑ Je, wanazuoni wa Kiislamu wa kisasa wanajaribu kulazimisha tafsiri mpya ili Qur'an isipingane na sayansi?
- ☑ Je, Qur'an 91:1-4 inathibitisha kuwa mwandishi wa Qur'an alijua kuhusu mzunguko wa Dunia?
- ☑ Je, Qur'an inatoa mtazamo wa kisayansi wa kweli kuhusu mchana na usiku?

1. JARIBIO LA WANAZUONI WA KIISLAMU WA KISASA KUTOA TAFSIRI MPYA

Wanazuoni wa Kiislamu wa kisasa wamejaribu kurekebisha maana ya aya zinazohusiana na mwendo wa jua na mwezi ili kuonyesha kuwa Qur'an inaeleza mfumo wa heliosentrizimu. Hii ni kwa sababu mfumo wa geosentrizimu umekataliwa kabisa na sayansi ya kisasa, lakini Qur'an inaelekea kuunga mkono mfumo huu wa kale.

📌 Njia mbili kuu zinazotumiwa katika kutafsiri Qur'an kwa njia ya heliosentrizimu:

1 Kusema kuwa "falak" ya jua iliyotajwa katika Qur'an inamaanisha mzunguko wa jua ndani ya Galaksi ya Milky Way.

2 Kusoma upya Qur'an 36:40 ('Haiwi jua kulifikia mwezi...') kwa kujaribu kuonyesha kwamba Qur'an inakubaliana na heliosentrizimu.

☑ Tatizo:

- Hakuna aya ya Qur'an inayosema waziwazi kuwa Dunia inazunguka jua.
- Tafsiri hizi za kisasa ni jaribio la kuifanya Qur'an ionekane kuwa ya kisayansi, lakini ukweli unabaki kuwa Qur'an inaeleza mtazamo wa kale wa geosentrizimu.

---

2. QUR'AN 91:1-4 NA JARIBIO LA KUONYESHA HELIOCENTRIZIMU

Katika Qur'an 91:1-4, tunasoma:

"Naapa kwa jua na mwangaza wake, na kwa mwezi unapoufua, na kwa mchana unapoonyesha mwangaza wake, na kwa usiku unapoifunika."

📌 Maneno Muhimu katika Kiarabu:

- Waalnnahari (وَالنَّهَارِ) – Na kwa mchana
- Itha (إِذَا) – Wakati
- Jallaha (جَلَّاهَا) – Unapolionyesha

- Waallayli (وَاللَّيْلِ) – Na kwa usiku
- Yaghshaha (يَغْشَاهَا) – Unapoifunika

☑ Maana ya Kisayansi:

- Wanazuoni wa Kiislamu wa kisasa wanasema aya hii inaonyesha kuwa Qur'an inakubali kuwa mchana na usiku ni matokeo ya mzunguko wa Dunia.
- Hata hivyo, Qur'an inaweza pia kueleweka kwa mtazamo wa geosentrizimu, ambapo mchana na usiku ni mchakato wa jua kupanda na kushuka.

📌 Tatizo:

- Ikiwa Qur'an ingekuwa inazungumzia heliosentrizimu, kwa nini haina aya inayosema wazi kuwa Dunia inazunguka jua?
- Maneno "itha" (wakati) yanaonyesha kuwa kuna wakati maalum ambapo mchana "huonyesha" na usiku "hufunika," lakini katika ukweli wa kisayansi, kwa muda wote nusu ya Dunia iko kwenye mchana na nusu nyingine iko kwenye usiku.
- Hili linaonyesha kuwa Qur'an inaeleza tu mtazamo wa macho wa mwanadamu badala ya kueleza ukweli wa kisayansi.

☑ Hitimisho: Qur'an 91:1-4 haithibitishi heliosentrizimu, bali inaonyesha mtazamo wa mwanadamu wa kale kuhusu mchana na usiku.

---

3. TATIZO LA MANENO "WAKATI" (ITHA) KATIKA QUR'AN

Wanazuoni wa Kiislamu wa kisasa wanasema kuwa Qur'an 91:1-4 inathibitisha heliosentrizimu kwa kusema kuwa mchana huonyesha jua na usiku hufunika mwangaza wake.

☑ Tatizo la Kisayansi:

- Kwa kuwa Dunia ni duara, hakuna wakati maalum ambapo mchana "huonyesha" jua na usiku "hufunika" jua.
- Kwa muda wote, nusu ya Dunia iko kwenye mchana na nusu nyingine iko kwenye usiku.
- Ikiwa Qur'an ilihamasishwa na Mungu wa kweli, kwa nini inatumia maneno yanayopingana na ukweli wa kisayansi?

📌 Ulinganisho na Qur'an 92:1-2
Katika Qur'an 92:1-2, tunasoma:

"Naapa kwa usiku unapofunika, na kwa mchana unapoangaza."

- Maneno haya ni sawa na Qur'an 91:3-4, lakini hapa hayatumiwi kwa jua bali kwa vitu kwa ujumla.
- Hii inaonyesha kuwa Qur'an inatumia lugha ya kishairi badala ya kueleza ukweli wa kisayansi.

✅ Aya hizi ni za kishairi na haziwezi kutumiwa kuthibitisha heliosentrizimu.

---

4. QUR'AN NA UKWELI WA SAYANSI KUHUSU MCHANA NA USIKU

Kigezo	**Sayansi ya Kisasa**	**Qur'an na Makosa ya Kisayansi**
Mchana na usiku hutokeaje?	Dunia huzunguka jua, na nusu yake daima iko kwenye mchana na nusu nyingine kwenye usiku.	Qur'an inasema kuna wakati maalum ambapo mchana "huonyesha" jua na usiku "hufunika" mwangaza wake.

Kigezo	Sayansi ya Kisasa	Qur'an na Makosa ya Kisayansi
Je, Qur'an inasema Dunia inazunguka jua?	Ndiyo, lakini si katika Qur'an	Hapana, Qur'an inaeleza mwendo wa jua badala ya Dunia
Mtazamo wa Qur'an kuhusu mwendo wa jua	Jua ni kitu cha kudumu kilichopo katikati ya mfumo wa jua	Qur'an inasema jua lina mzunguko wake (Qur'an 36:40)

🚀 Sayansi ya kisasa inathibitisha kuwa Qur'an inakosea kuhusu mchana na usiku.

- Qur'an haina aya inayosema kuwa Dunia inazunguka jua.
- Wanazuoni wa Kiislamu wa kisasa wanajaribu kusoma upya Qur'an ili ionekane kuwa ya kisayansi, lakini aya zake zinaonyesha geosentrizimu.

Baada ya uchambuzi wa kina wa Qur'an 91:1-4, Qur'an 92:1-2, na jaribio la wanazuoni wa Kiislamu wa kisasa kurekebisha maana ya aya zinazoeleza mwendo wa jua, tunaweza kusema kuwa:

✅ Qur'an inaeleza mwendo wa jua kwa mtazamo wa mwanadamu wa kale, badala ya kueleza ukweli wa heliosentrizimu.

✅ Wanazuoni wa Kiislamu wa kisasa wanajaribu kulazimisha tafsiri mpya ili Qur'an isipingane na sayansi.

✅ Ikiwa Allah ni Mungu wa kweli, kwa nini hakutoa aya inayosema wazi kuwa Dunia inazunguka jua?

🚀 Kwa hivyo, Qur'an inathibitisha makosa makubwa ya kisayansi, jambo linaloonyesha kuwa Allah na

Muhammad hawakuwa na ujuzi wa hali ya juu wa sayansi ya kweli. 🚀

USIKU UNAVYOFUNIKA NA MCHANA UNAVYONG'AA

Katika Qur'an, kuna aya zinazotumia maneno ya kishairi kueleza jinsi usiku unavyofunika na mchana unavyofunua mwanga. Aya hizi zimekuwa mada ya mjadala mkubwa kuhusu ikiwa Qur'an inaeleza heliosentrizimu au geosentrizimu.

Katika sura hii, tutachunguza:

☑ Je, Qur'an inathibitisha kuwa mchana na usiku ni matokeo ya mzunguko wa Dunia?

☑ Je, Qur'an inaeleza kuwa usiku na mchana ni viumbe huru vinavyotembea angani?

☑ Je, kuna makosa ya kisayansi katika jinsi Qur'an inavyotumia maneno "kufunika" na "kufunua" kuhusu mchana na usiku?

☑ Je, tafsiri mpya za wanazuoni wa Kiislamu zinaweza kuthibitisha heliosentrizimu ndani ya Qur'an?

---

1. QUR'AN INASEMA USIKU UNAFUNIKA NA MCHANA UNAFUNUA MWANGA

Katika Qur'an 92:1-2, tunasoma:

"Naapa kwa usiku unapofunika, na kwa mchana unapoangaza."

📌 Maneno Muhimu katika Kiarabu:

- Waallayli (وَاللَّيْلِ) – Na kwa usiku
- Itha (إِذَا) – Wakati
- Yaghsha (يَغْشَىٰ) – Unapofunika
- Waalnnahari (وَالنَّهَارِ) – Na kwa mchana
- Tajalla (تَجَلَّىٰ) – Unapoangaza

☑ Maana ya Kisayansi:

- Aya hii inaeleza kuwa usiku hufunika na mchana huangaza, lakini haielezi kuwa hili hutokana na mzunguko wa Dunia.
- Kwa muda wote, nusu ya Dunia iko kwenye mchana na nusu nyingine iko kwenye usiku.

📌 Tatizo:

- Maneno "itha" (wakati) yanaonyesha kuwa kuna wakati maalum ambapo mchana huonyesha jua na usiku hufunika jua, lakini kwa ukweli wa kisayansi, mchana na usiku hutokea kwa wakati mmoja katika sehemu tofauti za Dunia.
- Ikiwa Qur'an ilihamasishwa na Mungu wa kweli, kwa nini haitaji kuwa mchana na usiku ni matokeo ya mzunguko wa Dunia?

✅ Qur'an 92:1-2 inatumia lugha ya kishairi kueleza mzunguko wa mchana na usiku badala ya kueleza ukweli wa kisayansi.

---

2. QUR'AN 10:27 INATUMIA NENO "KUFUNIKA" KWA KILA KITU, SIO TU JUA

Katika Qur'an 10:27, tunasoma:

"Hawatakuwa na wa kuwaokoa na adhabu ya Allah; nyuso zao zitakuwa kama zimefunikwa na vipande vya usiku wa giza."

✅ Maana ya Kisayansi:

- Neno "kufunika" hapa limetumika kuonyesha kuwa usiku unaweza kufunika nyuso za watu, si jua pekee.
- Hii inaonyesha kuwa Qur'an haitumii neno hili kwa maana ya sayansi ya anga, bali kwa maana ya kishairi na taswira ya giza.

📌 Tatizo:

- Ikiwa Qur'an inazungumzia heliosentrizimu, kwa nini inatumia neno "kufunika" kwa usiku katika maana pana badala ya kueleza kuwa Dunia inazunguka na kusababisha usiku na mchana?

- Hii inaonyesha kuwa Qur'an haina mtazamo wa heliosentrizimu bali inazungumza kuhusu usiku kama kitu kinachotembea na kufunika.

✅ Qur'an 10:27 inaonyesha kuwa neno "kufunika" halihusiani moja kwa moja na mzunguko wa Dunia, bali ni lugha ya kishairi.

---

3. QUR'AN 7:54 INASEMA USIKU NA MCHANA NI VITU VINAVYOTEMBEA

Katika Qur'an 7:54, tunasoma:

"Anaufunika usiku kwa mchana, na mchana unakimbilia kumfuata usiku kwa haraka."

📌 Tatizo la Kisayansi:

- Aya hii inaonyesha kuwa mchana na usiku ni viumbe vinavyohama badala ya kueleza kuwa Dunia inazunguka jua.
- Ikiwa Qur'an inaeleza heliosentrizimu, kwa nini haielezi kuwa mchana na usiku ni matokeo ya mzunguko wa Dunia?
- Kama mchana "unafunika" na "unakimbilia kufuata," hii inaonyesha kuwa Qur'an ina mtazamo wa kuona wa macho badala ya kueleza ukweli wa kisayansi.

✅ Qur'an inazungumzia mchana na usiku kama vitu vinavyotembea badala ya kueleza heliosentrizimu.

---

4. QUR'AN NA UKWELI WA SAYANSI KUHUSU MCHANA NA USIKU

Kigezo	Sayansi ya Kisasa	Qur'an na Makosa ya Kisayansi
Mchana na usiku hutokeaje?	Dunia huzunguka jua, na nusu yake daima iko kwenye mchana na nusu nyingine kwenye usiku.	Qur'an inasema mchana "huonyesha" na usiku "hufunika," kana kwamba ni viumbe huru vinavyosafiri.
Je, Qur'an inasema Dunia inazunguka jua?	Ndiyo, lakini si katika Qur'an	Hapana, Qur'an inasema usiku na mchana vinafuatana kwa haraka.
Mtazamo wa Qur'an kuhusu mwendo wa jua	Jua ni kitu cha kudumu kilichopo katikati ya mfumo wa jua	Qur'an inasema jua lina mzunguko wake (Qur'an 36:40)

Sayansi ya kisasa inathibitisha kuwa Qur'an inakosea kuhusu mchana na usiku.

- Qur'an haina aya inayosema kuwa Dunia inazunguka jua.
- Qur'an inaonyesha kuwa usiku na mchana ni viumbe vinavyosafiri badala ya kueleza ukweli wa heliosentrizimu.

5. TAFSIRI MPYA ZA HELIOCENTRIZIMU KATIKA QUR'AN ZINALAZIMISHWA

Kwa nini wanazuoni wa Kiislamu wa kisasa wanajaribu kutoa tafsiri mpya za heliosentrizimu katika Qur'an?

☑ Kwa sababu mfumo wa geosentrizimu uliyotajwa ndani ya Qur'an umekataliwa na sayansi.

☑ Kwa sababu hakuna aya inayosema kuwa Dunia inazunguka jua.

☑ Kwa sababu lugha ya Qur'an inaonyesha kuwa usiku na mchana ni viumbe vinavyohama badala ya kueleza ukweli wa kisayansi.

📌 Tatizo:

- Ikiwa Qur'an ni neno la Mungu wa kweli, kwa nini haina aya inayosema wazi kuwa Dunia inazunguka jua?
- Kwa nini wanazuoni wa Kiislamu wanajaribu kutoa tafsiri mpya badala ya kukubali kuwa Qur'an inaeleza geosentrizimu?

☑ Hitimisho: Tafsiri mpya za heliosentrizimu katika Qur'an ni jaribio la kulazimisha Qur'an kuendana na sayansi ya kisasa, lakini Qur'an yenyewe inaeleza mtazamo wa geosentrizimu.

Baada ya uchambuzi wa kina wa Qur'an 92:1-2, Qur'an 10:27, Qur'an 7:54, na jaribio la wanazuoni wa Kiislamu wa kisasa kurekebisha maana ya aya zinazoeleza mwendo wa jua, tunaweza kusema kuwa:

☑ Qur'an inasema kuwa usiku na mchana ni viumbe vinavyohama badala ya kueleza ukweli wa heliosentrizimu.

☑ Qur'an haitaji kuwa Dunia inazunguka jua, bali inasisitiza mwendo wa jua na mwezi.

☑ Ikiwa Allah ni Mungu wa kweli, kwa nini hakutoa aya inayosema wazi kuwa Dunia inazunguka jua?

🚀 Kwa hivyo, Qur'an inathibitisha makosa makubwa ya kisayansi, jambo linaloonyesha kuwa si neno la Mungu wa kweli. 🚀

QUR'AN 39:5 – JE, INATHIBITISHA HELIOSENTRIZIMU?

Katika mjadala wa heliosentrizimu dhidi ya geosentrizimu katika Qur'an, aya ya Qur'an 39:5 ni mojawapo ya zile zinazotumiwa na wanazuoni wa Kiislamu wa kisasa kujaribu kuonyesha kuwa Qur'an inaeleza heliosentrizimu (Dunia inazunguka Jua).

Katika sura hii, tutachunguza:

✅ Je, Qur'an 39:5 inathibitisha kuwa Dunia inazunguka Jua?

✅ Je, Qur'an inasema mchana na usiku vinajizungusha juu ya Dunia, au ni viumbe huru vinavyofunika na kuingia ndani ya kila mmoja?

✅ Je, Qur'an inatoa maelezo sahihi ya kisayansi kuhusu mchana na usiku?

✅ Je, matumizi ya neno "kufunika" (kawwara) yanaonyesha ukweli wa heliosentrizimu au yanaendeleza dhana ya kale ya geosentrizimu?

---

1. TAFSIRI YA QUR'AN 39:5

Katika Qur'an 39:5, tunasoma:

"Aliumba mbingu na ardhi kwa haki. Anaufunika usiku kwa mchana na anaufunika mchana kwa usiku, na amelifanya jua na mwezi vitii amri yake, kila kimoja kinakwenda kwa muda wake maalum."

📌 Maneno Muhimu katika Kiarabu:

- Kawwara (كَوَّرَ) – Kufunika, kama vile kufunga kilemba (turban)
- Yukawwiru (يُكَوِّرُ) – Anaufunika, anauzungushia
- Layla (اللَّيْل) – Usiku
- Nahari (النَّهَار) – Mchana

✅ Maana ya Kisayansi:

- Wanazuoni wa Kiislamu wa kisasa wanadai kuwa matumizi ya neno "kawwara" (kufunika, kuzungushia) yanaonyesha kuwa Qur'an inazungumzia mzunguko wa Dunia unaosababisha mchana na usiku.

- Hata hivyo, wakosoaji wanasema kuwa Qur'an haizungumzii jinsi Dunia inazunguka, bali inaeleza kwamba Allah anaufunika mchana kwa usiku na usiku kwa mchana, kana kwamba ni viumbe huru vinavyopokezana.

📌 Tatizo:

- Ikiwa Qur'an inazungumzia heliosentrizimu, kwa nini haitaji kuwa Dunia inazunguka Jua?
- Kwa nini Qur'an inasema mchana na usiku "hufunikana" badala ya kueleza kuwa ni matokeo ya mzunguko wa Dunia?

☑ Hitimisho: Qur'an 39:5 haithibitishi heliosentrizimu, bali inaonyesha mtazamo wa geosentrizimu ambapo mchana na usiku ni viumbe huru vinavyosafiri.

---

2. MCHANA NA USIKU KAMA VIUMBE HURU KATIKA QUR'AN

Katika Qur'an 7:54, Qur'an 36:37, na aya nyinginezo, mchana na usiku huonekana kama vitu vinavyotembea na kuingiliana.

📖 Qur'an 7:54

"Anaufunika usiku kwa mchana, naye mchana unakimbilia kumfuata usiku kwa haraka."

📖 Qur'an 36:37

"Na ni ishara kwao ni usiku: tunauvua mchana kutoka humo, na mara wao wako katika giza."

📌 Tatizo la Kisayansi:

- Aya hizi zinaonyesha kuwa mchana na usiku ni vitu vinavyotembea, badala ya kueleza kuwa ni matokeo ya mzunguko wa Dunia.

- Ikiwa Qur'an inaeleza heliosentrizimu, kwa nini inasema mchana "huufunika" usiku badala ya kueleza kuwa ni Dunia inayozunguka?

☑ Qur'an inathibitisha geosentrizimu kwa kuonyesha kuwa mchana na usiku ni viumbe vinavyotembea badala ya kueleza ukweli wa heliosentrizimu.

---

3. JE, QUR'AN INAELEZA KUFUNIKA KAMA MZUNGUKO WA DUNIA?

📖 Qur'an 39:5 inasema kuwa Allah "anaufunika" mchana kwa usiku na usiku kwa mchana.

📌 Tatizo:

- Ikiwa mchana na usiku ni matokeo ya mzunguko wa Dunia, kwa nini Qur'an haitaji kuwa Dunia inazunguka?
- Kwa nini Qur'an haitumii neno sahihi la kueleza mzunguko badala ya kusema kuwa Allah "anaufunika" mchana kwa usiku?
- Ikiwa neno "kawwara" linamaanisha kuzungusha, kwa nini halijatumiwa kueleza wazi kuwa Dunia inazunguka Jua?

☑ Hitimisho: Neno "kufunika" linatumiwa kwa mtazamo wa kishairi badala ya kueleza ukweli wa kisayansi.

---

4. QUR'AN INALINGANISHA MCHANA NA USIKU NA MAWIMBI YANAYOFUNIKANA

📖 Qur'an 31:29 na Qur'an 35:13 zina maneno karibu sawa na Qur'an 39:5, lakini badala ya kutumia "kufunika" zinatumia neno "kuingiza" (yooliju):

📖 Qur'an 31:29

"Huoni kuwa Allah anaingiza usiku katika mchana na anaingiza mchana katika usiku, na amelifanya jua na mwezi vitii amri yake?"

📖 Qur'an 35:13

"Anaingiza usiku katika mchana na anaingiza mchana katika usiku. Na amefanya jua na mwezi vitii amri yake."

📌 Tatizo:

- Kuingiza usiku katika mchana na mchana katika usiku kunahamasisha mtazamo wa watu wa kale wa kuona mabadiliko haya kama mawimbi yanayopokezana.
- Hakuna mahali Qur'an inasema kuwa haya ni matokeo ya mzunguko wa Dunia.

☑ Hitimisho: Qur'an haielezi heliosentrizimu, bali inaonyesha mtazamo wa kuona wa macho wa mwanadamu wa kale.

---

5. QUR'AN NA UKWELI WA KISAYANSI KUHUSU MCHANA NA USIKU

Kigezo	**Sayansi ya Kisasa**	**Qur'an na Makosa ya Kisayansi**
Mchana na usiku hutokeaje?	Dunia huzunguka Jua, na nusu yake daima iko kwenye mchana na nusu nyingine kwenye usiku.	Qur'an inasema mchana "hufunikana" na usiku, kana kwamba ni viumbe vinavyosafiri.
Je, Qur'an inasema Dunia inazunguka Jua?	Ndiyo, lakini si katika Qur'an	Hapana, Qur'an inaeleza mwendo wa jua badala ya Dunia
Mtazamo wa Qur'an kuhusu	Mchana na usiku ni matokeo ya mzunguko wa Dunia	Qur'an inasema mchana na usiku ni

Kigezo	Sayansi ya Kisasa	Qur'an na Makosa ya Kisayansi
mchana na usiku		viumbe vinavyosafiri na kufunikana.

Sayansi ya kisasa inathibitisha kuwa Qur'an inakosea kuhusu mchana na usiku.

- Qur'an haina aya inayosema kuwa Dunia inazunguka Jua.
- Qur'an inaonyesha kuwa mchana na usiku ni viumbe vinavyosafiri badala ya kueleza ukweli wa heliosentrizimu.

Baada ya uchambuzi wa kina wa Qur'an 39:5, Qur'an 31:29, Qur'an 35:13, Qur'an 7:54, na Qur'an 36:37, tunaweza kusema kuwa:

☑ Qur'an inasema kuwa mchana na usiku ni viumbe vinavyofunika badala ya kueleza ukweli wa heliosentrizimu.

☑ Ikiwa Qur'an inaeleza heliosentrizimu, kwa nini haitaji kuwa Dunia inazunguka Jua?

☑ Ikiwa Allah ni Mungu wa kweli, kwa nini hakutoa aya inayosema wazi kuwa Dunia inazunguka Jua?

Kwa hivyo, Qur'an inathibitisha makosa makubwa ya kisayansi, jambo linaloonyesha kuwa si neno la Mungu wa kweli.

HOJA YA UFAHAMU WA MILELE WA QUR'AN

Wanazuoni wa Kiislamu wa kisasa wanatoa hoja kwamba ingawa Qur'an 39:5 haielezi moja kwa moja mzunguko wa Dunia, inaonyesha kwa njia isiyo ya moja kwa moja kwamba Dunia inazunguka. Wanadai kuwa Allah aliwasilisha ujumbe wake kwa namna ambayo Waarabu wa karne ya 7 wangeweza kuuelewa, huku akihifadhi maana inayolingana na sayansi ya kisasa.

Katika sura hii, tutachunguza:

☑ Je, Qur'an 39:5 ilifichwa kwa makusudi ili kueleweka na Waarabu wa karne ya 7?

☑ Kwa nini Muhammad hakutangaza ukweli wa kisayansi kama mzunguko wa Dunia?

☑ Je, watu wa zama hizo walimkataa Muhammad kwa sababu ya ukweli wa kisayansi, au kwa sababu ya mafundisho yake?

☑ Je, hoja ya Qur'an kuwa na "ufahamu wa milele" ina mashiko ya kisayansi na kihistoria?

---

1. HOJA YA KISASA: ALLAH ALIWASILISHA UKWELI WA SAYANSI KWA NJIA INAYOELEWEKA KWA WAARABU WA KARNE YA 7

Wanazuoni wa Kiislamu wa kisasa wanadai kuwa Qur'an 39:5 ni rejeleo la kisayansi linaloeleza mzunguko wa Dunia kwa njia ambayo Waarabu wa karne ya 7 wangeweza kuelewa.

📖 Qur'an 39:5

"Aliumba mbingu na ardhi kwa haki. Anaufunika usiku kwa mchana na anaufunika mchana kwa usiku, na amelifanya jua na mwezi vitii amri yake, kila kimoja kinakwenda kwa muda wake maalum."

☑ Hoja ya Wanazuoni wa Kisasa:

- Allah alichagua maneno ambayo yangeeleweka na Waarabu wa karne ya 7 lakini bado yanaweza kufasiriwa kisayansi kwa karne za baadaye.
- Maneno kama "kawwara" (kufunika kama turban) yanadaiwa kuashiria mzunguko wa Dunia bila kusema waziwazi.

- Allah alihifadhi "ukamilifu wa juu zaidi" wa aya zote za Qur'an kwa kuhakikisha zina maana kwa nyakati zote.

📌 Tatizo:

- Ikiwa Allah alikuwa na uwezo wa kusema wazi kuwa Dunia inazunguka, kwa nini hakusema hivyo moja kwa moja?
- Kwa nini Allah alitumia lugha ya kushangaza na ya kishairi badala ya kusema ukweli wa kisayansi moja kwa moja?
- Kwa nini Muhammad alisema mambo mengine makubwa ya ajabu, lakini hakutaja mzunguko wa Dunia kwa uwazi?

☑ Hitimisho: Hoja ya kwamba Allah alificha ukweli wa kisayansi ili ueleweke kwa Waarabu wa kale ni kisingizio, si ukweli wa kihistoria.

---

2. WATU WA ZAMA ZA MUHAMMAD WALIMKATAA KWA SABABU YA UKWELI WA KISAYANSI AU MAFUNDISHO YAKE?

Wanazuoni wa Kiislamu wa kisasa wanadai kuwa ikiwa Muhammad angesema wazi kuwa Dunia inazunguka, Waarabu wa wakati wake wangeukataa Uislamu.

📌 Hata hivyo, historia inaonyesha kuwa Muhammad alikataliwa na watu wa Makkah kwa sababu ya mafundisho yake, si kwa sababu ya sayansi.

📖 Sababu kuu za watu wa Makkah kumkataa Muhammad:

- Alipingana na ibada ya masanamu na mila za Kiquraishi.
- Alidai kuwa amepokea wahyi kutoka kwa Allah kupitia malaika Jibril.
- Alisema kuwa kuna maisha baada ya kifo na adhabu ya Jahannamu.

- Alitangaza kwamba yeye ni nabii wa kweli na kwamba dini ya mababu zao ni batili.

📌 HISTORIA INATHIBITISHA:

- Muhammad aliweza kusema kwamba alisafiri kwa mnyama wa mbawa (Buraq) kwenda mbinguni na bado alitarajia watu waamini.
- Aliwaambia watu wa Makkah kwamba alikutana na malaika Jibril na kupokea wahyi.
- Aliweza kusema maneno haya ya ajabu, lakini hakuweza kusema kuwa Dunia inazunguka Jua?

✅ Hitimisho: Muhammad hakukataa kusema ukweli wa kisayansi kwa hofu ya kupingwa, bali hakuwa na ufahamu wa kweli wa sayansi.

---

3. IKIWA QUR'AN ILIKUWA YA MILELE, KWA NINI HAIKUTOA UKWELI WA KISAYANSI WAZI?

Ikiwa Qur'an ni kitabu cha Mungu mwenye hekima na mwenye maarifa yote, basi:

✅ Kwa nini Allah hakusema moja kwa moja kuwa Dunia inazunguka Jua?

✅ Kwa nini Allah alitumia lugha ya kishairi badala ya kueleza ukweli wa kisayansi kwa uwazi?

✅ Kwa nini Qur'an ilitumia dhana za kawaida za Waarabu wa karne ya 7 badala ya kufundisha sayansi ya kweli?

📌 Mfano wa Biblia:

- Kitabu cha Ayubu 26:7 kinasema kuwa Mungu "anaitundika Dunia juu ya si kitu" – jambo linaloendana na sayansi ya kisasa.
- Biblia inatoa maelezo sahihi zaidi kuliko Qur'an kuhusu mfumo wa sayari.

✅ Ikiwa Qur'an ni neno la Mungu, basi kwa nini haijatoa ukweli wa kisayansi waziwazi kama Biblia?

---

4. QUR'AN ILIELEZEA SAYANSI KWA LUGHA YENYE MAKOSA, SIO KWA MAKUSUDI

Wakosoaji wanasema kuwa Qur'an haikutoa maelezo ya kisayansi kwa lugha iliyofichwa kwa makusudi, bali iliandika kwa kutumia mtazamo wa watu wa kale, bila ujuzi wa kisasa wa kisayansi.

📌 Mwandishi wa Qur'an alieleza ulimwengu kwa mtazamo wa macho ya kawaida ya mwanadamu:

- Jua linapanda na kushuka – badala ya kueleza mzunguko wa Dunia.
- Mchana na usiku ni viumbe vinavyofunika na kuingia ndani ya kila mmoja – badala ya kueleza mzunguko wa Dunia.
- Dhul-Qarnayn alipata jua likizama kwenye chemchemi ya maji machafu – badala ya kueleza kuwa ni mwonekano wa macho.

☑ Qur'an haina lugha ya kisayansi iliyofichwa kwa makusudi, bali inaeleza dhana za watu wa kale kwa njia ya kawaida.

---

5. QUR'AN NA UKWELI WA KISAYANSI

Kigezo	**Sayansi ya Kisasa**	**Qur'an na Makosa ya Kisayansi**
Mchana na usiku hutokeaje?	Dunia huzunguka Jua, na nusu yake daima iko kwenye mchana na nusu nyingine kwenye usiku.	Qur'an inasema mchana na usiku hufunikana badala ya kueleza kuwa Dunia inazunguka.
Je, Qur'an inasema Dunia	Ndiyo, lakini si katika Qur'an	Hapana, Qur'an inasema jua lina mwendo wake.

Kigezo	Sayansi ya Kisasa	Qur'an na Makosa ya Kisayansi
inazunguka Jua?		
Mtazamo wa Qur'an kuhusu mchana na usiku	Mchana na usiku ni matokeo ya mzunguko wa Dunia	Qur'an inasema mchana na usiku ni viumbe vinavyotembea.

📌 Sayansi ya kisasa inathibitisha kuwa Qur'an inakosea kuhusu mchana na usiku.

- Qur'an haina aya inayosema kuwa Dunia inazunguka Jua.
- Qur'an inatumia lugha ya kawaida ya watu wa kale badala ya kueleza ukweli wa kisayansi.

---

6. HITIMISHO KUU

Baada ya uchambuzi wa kina wa Qur'an 39:5 na hoja ya kisasa ya "ufahamu wa milele", tunaweza kusema kuwa:

✅ Qur'an haikuficha ukweli wa kisayansi, bali haikujua ukweli huo.

✅ Muhammad hakuwa na hofu ya kupingwa, bali hakuwa na ujuzi wa kisayansi wa kweli.

✅ Ikiwa Allah ni Mungu wa kweli, kwa nini hakutoa ukweli wa kisayansi kwa uwazi?

🚀 Kwa hivyo, Qur'an inathibitisha makosa makubwa ya kisayansi, jambo linaloonyesha kuwa si neno la Mungu wa kweli. 🚀

SURA YA 11

Mamalaka Za Kiislamu Kuhusu Geosentizimu

Katika Uislamu, dhana ya geosentrizimu (Dunia kuwa katikati na Jua kulizunguka) si tu imeelezwa ndani ya Qur'an, bali pia inathibitishwa na hadithi za Mtume Muhammad (SAW) zilizoainishwa kama sahihi (Sahih) na wanazuoni wa Kiislamu.

Katika sura hii, tutachunguza:

☑ Je, hadithi za Kiislamu zinafundisha kuwa Jua linazunguka Dunia?

☑ Je, hadithi hizi zinapingana na sayansi ya kisasa?

☑ Je, Muhammad aliamini kuwa Jua linapumzika chini ya Arshi ya Allah?

☑ Je, Uislamu unaweza kubadilisha msimamo wake wa geosentrizimu?

1. GEOSENTRIZIMU KATIKA HADITHI SAHIHI ZA KIISLAMU

Hadithi nyingi zilizopo katika Sahih Muslim na Sahih Bukhari, ambazo ni mikusanyo yenye mamlaka kubwa katika Uislamu, zinaonyesha kuwa Muhammad aliamini kuwa Jua linazunguka Dunia.

🕮 Sahih Muslim 1:297

Imepokewa kutoka kwa Abu Dharr kwamba Mtume wa Allah (rehema na amani ziwe juu yake) siku moja alisema: "Je, mnajua Jua huenda wapi?" Wakajibu: "Allah na Mtume wake wanajua zaidi." Akasema: "Hakika Jua husafiri mpaka linapofika mahali pake pa kupumzika chini ya Arshi, kisha linainama na kubaki hapo mpaka liambiwe: Simama na urudi mahali ulipotoka. Na linarejea, likiendelea kutoka mahali pa kuchomoza kwake na kisha husafiri hadi linapofikia mahali pake pa kupumzika chini ya Arshi na kuanguka prostrate (kusujudu) tena. Halafu linasemwa: Simama na rudi mahali ulipotoka, na linarejea na kutoka mahali pake pa kuchomoza. Lakini wakati fulani litaambiwa: Simama na utoke mahali pa kuzama kwako, na litachomoza kutoka mahali pake pa kuzama."

☑ Mambo Muhimu katika Hadithi Hii:

- Jua lina "mahali pa kupumzika" chini ya Arshi ya Allah.
- Jua husafiri kila siku na kurudi katika sehemu yake ya kuchomoza.
- Siku moja, Jua litaambiwa kutoka mahali pake pa kuzama badala ya kuchomoza (dhana ya Jua kuchomoza kutoka Magharibi).

📌 Tatizo la Kisayansi:

- Sayansi ya kisasa inaonyesha kuwa Jua halizunguki Dunia, bali Dunia ndiyo inayozunguka Jua.
- Hakuna mahali pa kupumzika kwa Jua chini ya Arshi ya Allah.

- Hakuna uthibitisho wa kisayansi kuwa Jua linabadilisha mwelekeo wake wa kuchomoza.

☑ Hitimisho: Hadithi hii inaonyesha kuwa Muhammad aliamini dhana ya geosentrizimu badala ya heliosentrizimu.

---

2. HADITHI NYINGINE ZINAZOTHIBITISHA GEOSENTRIZIMU

📖 Sahih Bukhari 3199

"Jua linapozama, linaenda na kusujudu chini ya Arshi ya Allah, na linaomba ruhusa ya kuchomoza tena. Na litakapopewa ruhusa, linachomoza, lakini siku moja litaambiwa: Rudia nyuma, litachomoza kutoka Magharibi."

📖 Sahih Muslim 1:297 (toleo jingine)

"Jua husafiri hadi linapofika mahali pake pa kupumzika chini ya Arshi, na linarejea kwa amri ya Allah."

☑ Mambo Muhimu:

- Jua husujudu chini ya Arshi ya Allah baada ya kuzama.
- Jua linapewa ruhusa kila siku kuendelea na mzunguko wake.
- Siku moja Jua litaambiwa lirudi nyuma na kuchomoza kutoka Magharibi.

📌 Tatizo:

- Katika mfumo wa heliosentrizimu, Jua halitembei, bali Dunia ndiyo inayozunguka.
- Hakuna uthibitisho kuwa Jua linapumzika au kusujudu.
- Sayansi inaonyesha kuwa Jua halibadilishi mwelekeo wa kuchomoza.

☑ Hitimisho: Hadithi hizi zinaonyesha kuwa Muhammad aliamini kuwa Jua linazunguka Dunia, jambo linalopingana na sayansi.

---

3. QUR'AN 18:90 INATHIBITISHA GEOSENTRIZIMU

Katika Qur'an, kuna aya inayoshabihiana na hadithi hizi.

📖 Qur'an 18:90

"Mpaka alipoifikia mahali inapochomozea Jua, alilikuta likichomoza kwa watu ambao hatukuwafanyia kizuizi cha kulikinga na Jua."

☑ Dhana Muhimu katika Aya Hii:

- Inazungumzia sehemu fulani duniani ambapo Jua linachomoza moja kwa moja kwa watu bila kizuizi.
- Hii inaonyesha kuwa mwandishi wa Qur'an aliona Jua likiwa na sehemu maalum ya kuchomoza.

📌 Tatizo:

- Kwa mtazamo wa kisayansi, hakuna sehemu maalum duniani ambapo Jua "linachomozea."
- Sayansi inaonyesha kuwa mchana na usiku hutegemea mzunguko wa Dunia, si sehemu maalum ya kuchomoza kwa Jua.

☑ Hitimisho: Qur'an 18:90 inathibitisha kuwa mwandishi wa Qur'an aliamini dhana ya geosentrizimu.

---

4. JE, UISLAMU UNAWEZA KUBADILISHA MSIMAMO WAKE WA GEOSENTRIZIMU?

📌 Kwa nini Uislamu unashikilia dhana ya geosentrizimu licha ya sayansi ya kisasa kuthibitisha heliosentrizimu?

☑ Kwa sababu Qur'an na hadithi za Muhammad zinathibitisha geosentrizimu.

☑ Kwa sababu wanazuoni wa Kiislamu hawawezi kuacha maneno ya Muhammad yaliyomo kwenye Sahih Bukhari na Sahih Muslim.

☑ Kwa sababu Uislamu unaheshimu turathi zake za kale, hata kama zinapingana na sayansi.

📌 Tatizo:

- Ikiwa Qur'an ni neno la Mungu, kwa nini inaeleza mtazamo wa geosentrizimu badala ya heliosentrizimu?
- Ikiwa Muhammad alikuwa nabii wa kweli, kwa nini hakufundisha heliosentrizimu?

☑ Hitimisho: Uislamu hauwezi kuachana na geosentrizimu kwa sababu iko ndani ya Qur'an na hadithi za Mtume Muhammad.

---

5. QUR'AN NA UKWELI WA KISAYANSI KUHUSU MZUNGUKO WA DUNIA NA JUA

Kigezo	**Sayansi ya Kisasa**	**Qur'an na Hadithi za Kiislamu**
Mzunguko wa Dunia	Dunia inazunguka Jua	Qur'an na hadithi zinadai kuwa Jua huzunguka Dunia
Jua na Mahali pa Kupumzika	Jua halipumziki, linaendelea na mwendo wake ndani ya galaksi	Hadithi zinasema Jua linapumzika chini ya Arshi ya Allah
Jua Kusujudu	Jua haliwezi kusujudu, ni nyota kubwa inayofanya mwendo wa galaksi	Hadithi zinasema Jua husujudu na huomba ruhusa ya kuchomoza tena

📌 Sayansi ya kisasa inathibitisha kuwa Qur'an na hadithi za Muhammad zinakosea kuhusu mzunguko wa Dunia na Jua.

- Hadithi za Kiislamu zinaendeleza mtazamo wa kale wa geosentrizimu badala ya heliosentrizimu.

Baada ya uchambuzi wa kina wa Sahih Muslim, Sahih Bukhari, Qur'an 18:90, na Qur'an 39:5, tunaweza kusema kuwa:

✅ Hadithi sahihi za Kiislamu zinafundisha kuwa Jua huzunguka Dunia.

✅ Uislamu unashikilia mtazamo wa geosentrizimu kwa sababu Qur'an na hadithi zinaunga mkono dhana hii.

✅ Ikiwa Allah ni Mungu wa kweli, kwa nini hakutoa ukweli wa kisayansi kwa uwazi?

🚀 Kwa hivyo, Uislamu unathibitisha makosa makubwa ya kisayansi, jambo linaloonyesha kuwa si neno la Mungu wa kweli. 🚀

HADITHI ZA KIISLAMU ZINAZOENDELEZA DHANA YA GEOSENTRIZIMU

Katika Uislamu, hadithi za Mtume Muhammad (SAW) zina nafasi kubwa katika kufundisha mafundisho ya dini. Hadithi nyingi zinathibitisha kuwa Jua huzunguka Dunia na kwamba siku ya Kiyama Jua litachomoza kutoka Magharibi kama ishara ya mwisho wa dunia.

Katika sura hii, tutachunguza:

✅ Je, hadithi za Kiislamu zinafundisha kuwa Jua litaamka kutoka Magharibi siku ya Kiyama?

✅ Je, hadithi hizi zinapingana na sayansi ya kisasa?

✅ Je, Muhammad aliamini kuwa Jua linaweza kusimama au kubadilisha mwelekeo wake?

☑ Je, wanazuoni wa Kiislamu wa kwanza waliamini kuwa Jua linazunguka Dunia?

---

1. HADITHI ZINAZOELEZA KUAMKA KWA JUA KUTOKA MAGHARIBI

Hadithi kadhaa zilizoripotiwa na Sahih Bukhari na Sahih Muslim zinathibitisha kuwa siku moja Jua litaamka kutoka Magharibi badala ya Mashariki kama ishara ya Kiyama (Siku ya Hukumu).

📖 Sahih Bukhari 6:60:160

"Mtume wa Allah (SAW) alisema: 'Siku ya Kiyama haitafika mpaka Jua litakapochomoza kutoka Magharibi; na litakapochomoza kutoka Magharibi na watu wakaona, wote wataamini. Na huo ndio wakati ambapo kuamini hakutamnufaisha yeyote ambaye hakuwahi kuamini kabla yake.'"

📌 Mambo Muhimu katika Hadithi Hii:

- Jua litabadilisha mwelekeo wake wa kuchomoza.
- Litakapochomoza kutoka Magharibi, watu wote wataamini lakini haitakuwa na faida kwao.
- Hadithi hii inathibitisha mtazamo wa geosentrizimu ambapo Jua linaweza kubadilisha mwelekeo wake.

📌 Tatizo la Kisayansi:

- Sayansi inathibitisha kuwa Jua haliwezi kubadilisha mwelekeo wake wa kuchomoza.
- Ikiwa Jua lingebadilisha mwelekeo wake, ingemaanisha kuwa Dunia imebadilisha ghafla mwelekeo wa mzunguko wake, jambo ambalo lingesababisha majanga makubwa yasiyowezekana kwa uhai duniani.

☑ Hitimisho: Hadithi hii inaonyesha kuwa Muhammad aliamini kuwa Jua linaweza kubadilisha mwelekeo wake wa kuchomoza, jambo ambalo linapingana na sayansi ya kisasa.

---

2. ISHARA KUMI ZA KIYAMA, IKIWEMO JUA KUCHOMOZA KUTOKA MAGHARIBI

Katika Sahih Muslim, Muhammad alieleza ishara kumi za mwisho wa dunia, mojawapo ikiwa Jua kuchomoza kutoka Magharibi.

📖 Sahih Muslim 41:6931

"Mtume wa Allah (SAW) alitujia ghafla tulipokuwa tukijadiliana. Akasema: Mnajadili nini? Maswahaba wakajibu: Tunazungumzia kuhusu Saa ya Mwisho (Kiyama).

Kisha akasema: Haitafika mpaka muone ishara kumi, nazo ni moshi, Dajjal, mnyama wa ardhini, Jua kuchomoza kutoka Magharibi, kushuka kwa Isa bin Maryam, Gog na Magog, mitetemeko mitatu ya ardhi (moja Mashariki, moja Magharibi, na moja Arabuni), na moto mkubwa kutoka Yemen ambao utawachochea watu kuelekea mahali pao pa mkusanyiko."

📌 Mambo Muhimu katika Hadithi Hii:

- Jua kuchomoza kutoka Magharibi ni mojawapo ya ishara kuu za Kiyama.
- Hadithi hii inaonyesha kuwa Muhammad aliamini kuwa Jua linaweza kubadilisha mwelekeo wake wa kuchomoza.
- Ishara nyingine kama kushuka kwa Yesu na ujio wa Dajjal zinaendana na imani za Kiyahudi na Kikristo.

📌 Tatizo la Kisayansi:

- Hakuna ushahidi wa kisayansi unaoonyesha kuwa Jua linaweza kubadilisha mwelekeo wake.
- Hadithi hii inathibitisha kuwa Muhammad aliamini kuwa Jua linazunguka Dunia,

jambo ambalo linapingwa na sayansi ya heliosentrizimu.

☑ Hitimisho: Mtume wa Uislamu aliamini kuwa Jua linaweza kubadilisha mwelekeo wake, jambo ambalo linapingana na ukweli wa kisayansi.

---

3. HADITHI KUHUSU JUA KUSIMAMA KWA MAOMBI YA NABII

Hadithi nyingine inasimulia kuwa nabii mmoja wa kale aliomba Jua lisizame, na Allah akalizuia kwa muda.

📖 Sahih Bukhari 4:53:353

"...Nabii huyo alipoifikia mji fulani karibu na wakati wa swala ya Alasiri, alisema kwa Jua: 'Ewe Jua! Wewe uko chini ya amri ya Allah, nami niko chini ya amri ya Allah. Ee Allah! Lisimamishwe (Jua) lisizame.' Basi likasimamishwa mpaka Allah alipompa ushindi."

📌 Mambo Muhimu katika Hadithi Hii:

- Jua linasimama kwa maombi ya nabii.
- Hii ni hadithi inayoonekana kuwa imechukuliwa kutoka kwa hadithi ya Biblia kuhusu Yoshua (Joshua) aliyesimamisha Jua (Yoshua 10:12-13).
- Inathibitisha kuwa Muhammad aliamini kuwa Jua linaweza kusimama na kuendelea na mwendo wake.

📌 Tatizo la Kisayansi:

- Kwa mujibu wa sayansi, Jua haliwezi kusimama kwa sababu halitembei, bali ni Dunia inayozunguka.
- Kama Jua lingeweza kusimama ghafla, Dunia ingeacha kuzunguka, na hii ingesababisha maafa makubwa duniani.

☑ Hitimisho: Hadithi hii inaonyesha kuwa Muhammad aliamini kuwa Jua linaweza kusimama, jambo ambalo linapingana na ukweli wa kisayansi.

4. JE, WANAZUONI WA KIISLAMU WA KALE WALIAMINI GEOSENTRIZIMU?

📌 Kwa nini wanazuoni wa Kiislamu wa kwanza waliamini kuwa Jua linazunguka Dunia?

✅ Kwa sababu hadithi nyingi zinathibitisha kuwa Muhammad alifundisha dhana ya geosentrizimu.

✅ Kwa sababu Qur'an pia inathibitisha kuwa Jua lina mwendo wake wa kila siku.

✅ Kwa sababu Waarabu wa karne ya 7 walikuwa bado hawajaathiriwa na sayansi ya Kigiriki au Copernicus.

📌 Tatizo:

- Ikiwa Qur'an ni neno la Mungu wa kweli, kwa nini haikufundisha heliosentrizimu badala ya geosentrizimu?
- Kwa nini hadithi nyingi zinathibitisha kuwa Jua linaweza kusimama au kubadilisha mwelekeo?

✅ Hitimisho: Uislamu ulifundisha geosentrizimu kwa sababu ndio mtazamo wa Muhammad na wanazuoni wa Kiislamu wa kwanza.

5. QUR'AN NA UKWELI WA KISAYANSI KUHUSU JUA NA MZUNGUKO WA DUNIA

Kigezo	**Sayansi ya Kisasa**	**Qur'an na Hadithi za Kiislamu**
Mzunguko wa Dunia	Dunia inazunguka Jua	Qur'an na hadithi zinadai kuwa Jua huzunguka Dunia

Kigezo	Sayansi ya Kisasa	Qur'an na Hadithi za Kiislamu
Jua Kusimama	Haiwezekani kwa Jua kusimama	Hadithi inasema nabii alisababisha Jua lisizame
Jua Kubadilisha Mwelekeo	Haiwezekani kwa Jua kuchomoza kutoka Magharibi	Hadithi zinadai kuwa Jua litaamka kutoka Magharibi siku ya Kiyama

Sayansi ya kisasa inathibitisha kuwa Qur'an na hadithi za Muhammad zinakosea kuhusu mzunguko wa Dunia na Jua.

- Hadithi za Kiislamu zinaendeleza mtazamo wa kale wa geosentrizimu badala ya heliosentrizimu.

Kwa hivyo, Uislamu unathibitisha makosa makubwa ya kisayansi, jambo linaloonyesha kuwa si neno la Mungu wa kweli.

WANAFASIRI WA KIISLAMU WA KALE

NA GEOSENTRIZIMU

Katika historia ya Uislamu, hakuna mwanazuoni maarufu wa Kiislamu wa zama za kale aliyetoa tafsiri ya heliosentrizimu (mfumo wa Dunia kuzunguka Jua) kwa msingi wa lugha ya Qur'an. Wanazuoni wote wa kale wa Kiislamu waliamini kuwa Jua linazunguka Dunia, na hawakuelewa ulimwengu kwa njia yoyote inayokaribia sayansi tunayojua leo.

Katika sura hii, tutachunguza:

☑ Je, ni wanazuoni gani wa Kiislamu waliunga mkono geosentrizimu?

☑ Kwa nini hakuna mwanazuoni wa Kiislamu wa zamani aliyetoa tafsiri ya heliosentrizimu?

☑ Je, tafsiri zao za Qur'an zinaathiri msimamo wa Uislamu kuhusu sayansi ya kisasa?

---

1. WANAZUONI MAARUFU WA KIISLAMU WALIOUNGA MKONO GEOSENTRIZIMU

Katika historia ya Uislamu, wanazuoni wengi waliandika tafsiri (tafsir) za Qur'an ambazo zinaonyesha mtazamo wa geosentrizimu. Hakuna hata mmoja wao aliyetoa mtazamo wa heliosentrizimu. Wanazuoni hao ni pamoja na:

1. Al-Tabari (839 – 923 CE)

- Tafsir yake ni mojawapo ya tafsiri za mapema zaidi za Qur'an.
- Alieleza aya zinazoeleza mwendo wa Jua kwa mtazamo wa geosentrizimu.
- Alieleza kuwa Jua lina "mahali pa kupumzika" (Qur'an 36:38), dhana inayoendana na hadithi za Kiislamu.

2. Al-Razi (1149 – 1209 CE)

- Alikuwa mmoja wa wanazuoni wa falsafa na tafsiri maarufu wa Kiislamu.
- Alieleza kuwa Jua linazunguka Dunia kwa mujibu wa Qur'an na hadithi.
- Hakuwahi kueleza heliosentrizimu katika maandiko yake.

3. Al-Qurtubi (1214 – 1273 CE)

- Alikuwa mfasiri mkubwa wa Qur'an katika karne ya 13.
- Alisema kuwa Jua na Mwezi vina mwendo wa kila siku unaopangiliwa na Allah, jambo linaloendana na geosentrizimu.

4. Ibn Abbas (619 – 687 CE)

- Alikuwa mmoja wa maswahaba wa karibu wa Muhammad na anahesabiwa kuwa "baba wa tafsiri ya Qur'an".

- Alieleza aya zinazoeleza mwendo wa Jua kwa mtazamo wa geosentrizimu.

📌 5. Ibn Kathir (1301 – 1373 CE)

- Mwandishi wa mojawapo ya tafsiri mashuhuri zaidi za Qur'an (Tafsir Ibn Kathir).
- Alieleza kuwa Jua linazunguka Dunia, na linakwenda kwenye "mahali pake pa kupumzika" kabla ya kuchomoza tena.

📌 6. Ibn Taymiyyah (1263 – 1328 CE)

- Alikuwa mwanazuoni wa Kiislamu aliyepinga falsafa ya Kigiriki.
- Alisema kuwa Qur'an inafundisha geosentrizimu, na kuwa heliosentrizimu ni kinyume cha Uislamu.

📌 7. Al-Jalalayn (1408 – 1505 CE)

- Tafsiri yao ya Qur'an ni mojawapo ya mashuhuri katika Uislamu.
- Walieleza mwendo wa Jua kwa mtazamo wa geosentrizimu.

📌 8. Al-Qummi (mwanazuoni wa Kishia, karne ya 10)

- Alitoa tafsiri ya Qur'an inayounga mkono geosentrizimu.
- Hakuonyesha mtazamo wa heliosentrizimu.

📌 9. Al-Baghawi (1041 – 1122 CE) na Al-Zamakhshari (1075 – 1144 CE)

- Walitoa tafsiri za Qur'an zinazounga mkono geosentrizimu.
- Hakuna hata mmoja wao aliyekaribia mtazamo wa heliosentrizimu.

☑ Wanazuoni wote wa Kiislamu wa zamani waliamini kuwa Qur'an inaeleza geosentrizimu na hakuna hata mmoja aliyetoa tafsiri ya heliosentrizimu.

2. KWA NINI HAKUNA MWANAZUONI WA KIISLAMU WA KALE ALIYETOA TAFSIRI YA HELIOSENTRIZIMU?

📌 Sababu kuu za wanazuoni wa Kiislamu wa zamani kushikilia geosentrizimu ni:

✅ 1. Lugha ya Qur'an

- Qur'an inaeleza kuwa Jua lina mwendo wa kila siku na lina mahali pa kupumzika.
- Aya kama Qur'an 36:38 zinaeleza kuwa Jua "linapumzika" kabla ya kuchomoza tena.

✅ 2. Hadithi za Muhammad

- Hadithi zinathibitisha kuwa Jua linazunguka Dunia.
- Muhammad alifundisha kuwa Jua husujudu chini ya Arshi ya Allah kila siku (Sahih Bukhari 3199).

✅ 3. Kutokuathiriwa na Sayansi ya Kigiriki au Ulaya

- Wanazuoni wa Kiislamu wa zamani walikubali elimu ya Aristotle na Ptolemy, waliokuwa na mtazamo wa geosentrizimu.
- Hakuna mwanazuoni wa Kiislamu aliyeelewa kazi za Copernicus au Galileo ambazo zilithibitisha heliosentrizimu.

✅ 4. Msukumo wa Kihistoria wa Dini na Ufalme wa Kiislamu

- Uislamu uliimarishwa kwa kushikilia turathi za dini, ikiwa ni pamoja na mtazamo wa geosentrizimu.
- Wanazuoni wa Kiislamu waliona heliosentrizimu kama tishio kwa mafundisho yao.

📌 Tatizo:

- Ikiwa Qur'an ni neno la Mungu wa kweli, kwa nini haikutoa maelezo ya wazi kuhusu heliosentrizimu?

- Kwa nini wanazuoni wa Kiislamu wa zamani hawakuelewa mfumo wa sayari kwa usahihi?

✅ Hitimisho: Wanazuoni wa Kiislamu wa kale hawakutoa tafsiri ya heliosentrizimu kwa sababu Qur'an na hadithi za Muhammad ziliunga mkono geosentrizimu.

---

3. JE, TAFSIRI ZA WANAZUONI WA KALE ZINAATHIRI UISLAMU WA LEO?

📌 Kwa nini Uislamu wa leo bado unashikilia mtazamo wa geosentrizimu?

✅ Kwa sababu tafsiri za wanazuoni wa zamani zina mamlaka kubwa katika Uislamu.
✅ Kwa sababu Qur'an haijabadilika, na bado inaeleza geosentrizimu.
✅ Kwa sababu Uislamu unaheshimu turathi zake na huona mabadiliko ya kisayansi kama tishio kwa imani.

📌 Tatizo:

- Ikiwa Uislamu unataka kuwa wa kisayansi, kwa nini bado unategemea tafsiri za wanazuoni wa zamani?
- Kwa nini hakuna mwandishi wa Qur'an aliyeelewa heliosentrizimu mapema?

✅ Hitimisho: Uislamu bado unashikilia geosentrizimu kwa sababu wanazuoni wa kale waliamini kuwa ni kweli, na hakuna msingi wa heliosentrizimu katika Qur'an au hadithi.

Baada ya kuchambua tafsiri za wanazuoni wa Kiislamu wa zamani, tunaweza kusema kuwa:

✅ Wanazuoni wote wa zamani waliamini kuwa Qur'an inafundisha geosentrizimu.

✅ Hakuna mwanazuoni wa Kiislamu wa kale aliyetoa tafsiri ya heliosentrizimu.

☑ Ikiwa Qur'an ni neno la Mungu wa kweli, kwa nini haikutoa maelezo ya heliosentrizimu?

Kwa hivyo, Uislamu unathibitisha makosa makubwa ya kisayansi, jambo linaloonyesha kuwa si neno la Mungu wa kweli.

WANASAYANSI WA KIISLAMU WA ZAMANI NA WA SASA KUHUSU GEOSENTRIZIMU

Katika historia ya Uislamu, wataalamu wa nyota wa Kiislamu (wanajimu) wa zamani na wa sasa wameendelea kushikilia dhana ya geosentrizimu (mfumo wa ulimwengu ambapo Dunia ni kituo na Jua huzunguka Dunia). Hakuna ushahidi wa kihistoria unaoonyesha kuwa wafuasi wa Muhammad walibishana kuhusu mfumo huu, wala hakuna rejeleo katika hadithi linaloonyesha maswali kuhusu dunia kuzunguka jua kutoka kwa maswahaba wa Mtume.

Katika sura hii, tutachunguza:

☑ Je, wanajimu wa Kiislamu wa zamani waliunga mkono geosentrizimu?

☑ Kwa nini hakuna Mwislamu wa zamani aliyebishana na Qur'an kuhusu geosentrizimu?

☑ Je, wanajimu wa Kiislamu wa sasa bado wanashikilia dhana hii?

☑ Je, kauli za wanasayansi wa Kiislamu wa sasa zinapingana na sayansi ya kisasa?

---

1. WANAJIMU WA KIISLAMU WA ZAMANI WALIUNGA MKONO GEOSENTRIZIMU

Katika historia ya Uislamu, wanajimu wa Kiislamu waliendelea kutumia mfumo wa Kigiriki wa geosentrizimu badala ya kutengeneza modeli mpya zinazolingana na heliosentrizimu. Hawa ni baadhi ya wanajimu waliounga mkono dhana hii:

1. Ibn al-Shatir (1304 – 1375 CE)

- Mwanajimu wa Kiarabu aliyeunda mifumo ya nyota inayothibitisha geosentrizimu.
- Aliweka modeli ya mwendo wa Jua inayofanana na ile ya Ptolemy, ambayo iliona Dunia kama kituo cha ulimwengu.
- Hakuna maandiko yake yanayounga mkono heliosentrizimu.

📌 2. Nasir al-Din al-Tusi (1201 – 1274 CE)

- Mwanajimu wa Kiajemi aliyeunda modeli ya mwendo wa sayari kwa mujibu wa geosentrizimu.
- Aliendeleza mawazo ya Kigiriki kuhusu mwendo wa sayari kwa kutumia modeli za Ptolemy.
- Hakuna maandiko yake yanayoonyesha kuwa alikubali heliosentrizimu.

📌 3. Al-Battani (858 – 929 CE)

- Mwanajimu wa Kiarabu aliyekokotoa mwendo wa Jua na sayari kwa mujibu wa geosentrizimu.
- Alitumia kanuni za Kigiriki kueleza mwendo wa Jua, Mwezi, na sayari nyingine kwa msingi wa Dunia kuwa kituo cha ulimwengu.

📌 4. Al-Farghani (805 – 870 CE)

- Alikuwa miongoni mwa wanajimu wa kwanza wa Kiislamu waliounga mkono geosentrizimu.
- Aliandika vitabu kuhusu muundo wa sayari kwa kutumia modeli ya geosentrizimu.

📌 5. Al-Zarqali (1029 – 1087 CE)

- Mwanajimu wa Kiislamu kutoka Hispania aliyebuni ramani za anga zinazothibitisha geosentrizimu.
- Aliathiri kazi za Ptolemy na wasomi wa baadaye katika ulimwengu wa Kiislamu na Ulaya.

☑ Hitimisho: Wanajimu wote wa Kiislamu wa zamani waliunga mkono mfumo wa geosentrizimu na hawakuwahi kueleza heliosentrizimu.

---

2. KWA NINI HAKUNA MASWALI KUHUSU GEOSENTRIZIMU KATIKA UISLAMU WA ZAMANI?

📌 Hakuna ushahidi wa kihistoria unaoonyesha kuwa Waislamu wa zamani walihoji kuhusu mfumo wa geosentrizimu katika Qur'an.

☑ Sababu kuu za kutokuwepo kwa mabishano haya ni:

- Qur'an inathibitisha wazi geosentrizimu (Qur'an 36:38 – "Jua linapumzika mahali pake").
- Hadithi za Muhammad zinathibitisha kuwa Jua linazunguka Dunia (Sahih Bukhari 3199 – "Jua husujudu chini ya Arshi ya Allah").
- Uislamu ulienezwa katika maeneo ambayo tayari yaliamini mfumo wa geosentrizimu wa Kigiriki.
- Hakukuwa na maendeleo ya kisayansi katika Uislamu ambayo yangepingana na mafundisho haya.

📌 Tatizo:

- Ikiwa Qur'an ni neno la Mungu wa kweli, kwa nini haikutoa maelezo ya wazi kuhusu heliosentrizimu?
- Kwa nini hakuna Waislamu waliobishana na mfumo huu wa sayari hata baada ya maendeleo ya Copernicus na Galileo?

☑ Hitimisho: Hakuna ushahidi wa kihistoria unaoonyesha kuwa Waislamu wa zamani walihoji kuhusu mfumo wa geosentrizimu wa Qur'an.

---

3. WANAJIMU WA KISASA WA KIISLAMU BADO WANASHIKILIA GEOSENTRIZIMU?

Katika ulimwengu wa Kiislamu wa sasa, bado kuna wanazuoni na wanajimu wanaoshikilia geosentrizimu kwa msingi wa Qur'an na hadithi.

📌 Mfano wa Kisasa:

📺 Mjadala wa Televisheni ya Al-Fayhaa TV (Oktoba 31, 2007)

- Mwanajimu wa Kiislamu, Fadhel Al-Sa'd, alisema yafuatayo:

"Jua huzunguka Dunia kwa sababu ni dogo kuliko Dunia, kama inavyothibitishwa na aya za Qur'an. Je, hujawahi kuona Jua likitembea? Mimi nimeliona Jua likitembea. Jua huenda kwa mwendo mmoja kila baada ya saa 24. Ninachosema kinatokana na sayansi ya Qur'an. Wale wanaotumia sayansi ya kisasa wanatumia elimu ya kizushi ambayo haijathibitishwa katika Qur'an."

✅ Madai yake:

- Jua ni dogo kuliko Dunia.
- Sayansi ya kisasa ni batili kwa sababu haithibitishwi na Qur'an.
- Hakuna aya katika Qur'an inayoonyesha kuwa Dunia ni mviringo au inazunguka Jua.

📌 Tatizo la Kisayansi:

- Sayansi inaonyesha kuwa Jua ni mara 1.3 milioni kubwa kuliko Dunia.
- Dunia inazunguka Jua, si kinyume chake.
- Hakuna ushahidi wa kisayansi kwamba Jua huzunguka Dunia kila baada ya saa 24.

✅ Bado kuna wanazuoni wa Kiislamu wa sasa wanaoshikilia geosentrizimu kwa msingi wa Qur'an, hata baada ya sayansi ya kisasa kuthibitisha heliosentrizimu.

4. JE, UISLAMU UNAWEZA KUBADILISHA MSIMAMO WAKE KUHUSU GEOSENTRIZIMU?

📌 Kwa nini bado Uislamu unashikilia geosentrizimu licha ya maendeleo ya kisayansi?

✅ Kwa sababu Qur'an na hadithi za Muhammad zinathibitisha wazi kuwa Jua huzunguka Dunia.

✅ Kwa sababu wanazuoni wa zamani wa Kiislamu waliunga mkono mfumo huu kwa karne nyingi.

✅ Kwa sababu kukubali heliosentrizimu kungepinga misingi ya Qur'an na Uislamu wa kisasa.

📌 Tatizo:

- Ikiwa Uislamu ni dini ya ukweli, kwa nini Qur'an haikufundisha heliosentrizimu badala ya geosentrizimu?
- Kwa nini wanazuoni wa Kiislamu wa sasa bado wanapinga ukweli wa kisayansi?

✅ Hitimisho: Uislamu hauwezi kuachana na geosentrizimu kwa sababu Qur'an na hadithi za Muhammad zinaunga mkono dhana hii.

---

5. HITIMISHO KUU

Baada ya uchambuzi wa kina wa wanajimu wa Kiislamu wa zamani na wa sasa, tunaweza kusema kuwa:

✅ Wanajimu wote wa Kiislamu wa zamani waliamini kuwa Jua huzunguka Dunia.

✅ Hakuna ushahidi wa kihistoria wa Waislamu wa zamani kubishana kuhusu mfumo huu.

✅ Bado kuna wanazuoni wa Kiislamu wa sasa wanaoshikilia geosentrizimu.

🚀 Kwa hivyo, Uislamu unathibitisha makosa makubwa ya kisayansi, jambo linaloonyesha kuwa si neno la Mungu wa kweli. 🚀

SURA YA MWISHO

Kwanini Geosentrizimu Ya Uislamu ni Sababu Ya Kufuata Heliosentrizimu Ya Kikristo

Katika sura zilizopita, tumeshuhudia jinsi Uislamu unashikilia mtazamo wa geosentrizimu (dunia kuwa katikati na jua kulizunguka), huku Ukristo ukiendana na heliosentrizimu (dunia kuzunguka jua). Makosa ya kisayansi ya Uislamu kuhusu nafasi ya jua na dunia ni sababu ya msingi kwa mtu yeyote anayefuatilia ukweli wa kisayansi na wa kiimani kufuata mafundisho ya Kikristo badala ya Uislamu.

Katika sura hii, tutachunguza:

- ☑ Kwa nini Uislamu unashikilia geosentrizimu licha ya ukweli wa kisayansi?
- ☑ Je, Biblia inafundisha heliosentrizimu?
- ☑ Kwa nini mafundisho ya Kikristo yanapatana na ukweli wa sayansi, huku Uislamu ukienda kinyume?

☑ Kwa nini geosentrizimu ya Kiislamu inapaswa kuwafanya watu kufuata heliosentrizimu ya Kikristo?

---

1. UISLAMU UNASHIKILIA GEOSENTRIZIMU KWA SABABU ZA KIDINI, SIO KISAYANSI

📌 Uislamu unashikilia geosentrizimu kwa sababu:

☑ Qur'an inafundisha wazi kuwa Jua huzunguka Dunia.

☑ Hadithi za Muhammad zinathibitisha kuwa Jua lina sehemu ya kupumzika (Sahih Bukhari 3199).

☑ Wanazuoni wa Kiislamu wa kale hawakuelewa heliosentrizimu, hivyo waliendeleza dhana ya geosentrizimu.

☑ Wanasayansi wa Kiislamu wa sasa bado wanashikilia geosentrizimu kwa sababu Qur'an haijawahi kubadilika.

📌 Tatizo:

- Ikiwa Uislamu ni dini ya ukweli, kwa nini Qur'an haikutoa ufafanuzi wa heliosentrizimu?
- Kwa nini Uislamu bado unashikilia dhana ambayo imebatilishwa na sayansi ya kisasa?

☑ Hitimisho: Uislamu unashikilia geosentrizimu si kwa sababu ni sahihi kisayansi, bali kwa sababu Qur'an na hadithi zinaunda msingi wa imani hiyo.

---

2. JE, BIBLIA INAFUNDISHA HELIOSENTRIZIMU?

Tofauti na Qur'an, Biblia haifundishi geosentrizimu, na kwa sehemu fulani, inathibitisha heliosentrizimu.

📖 Ayubu 26:7

"Yeye hutandaza kaskazi juu ya nafasi tupu, Na kuiunga dunia pasipo kitu."

☑ Hii inaonyesha kuwa dunia iko hewani, haishikiliwi na kitu chochote, jambo ambalo linapatana na ukweli wa kisayansi kuwa dunia inazunguka jua ndani ya nafasi (space).

📖 Mhubiri 1:5

"Jua lachomoza, na jua lashuka, na haraka kwenye mahali pa kuchomozea linapopoa."

☑ Ingawa huu ni muonekano wa macho ya kibinadamu, haielezi kuwa Jua linasonga kweli, bali linaeleza jinsi tunavyoona mwendo wa jua kutokana na mzunguko wa Dunia.

📌 Ukweli:

- Biblia haitoi kauli ya moja kwa moja kuwa Jua linazunguka Dunia.
- Haitoi mafundisho yanayopingana na ukweli wa kisayansi.
- Inatoa taswira ya ulimwengu ambayo inaweza kueleweka kwa mtazamo wa kisayansi.

☑ Hitimisho: Biblia haifundishi geosentrizimu kama Qur'an, bali inatoa maelezo yanayoweza kueleweka kwa mtazamo wa kisayansi.

---

3. KWA NINI MAFUNDISHO YA KIKRISTO YANAPATANA NA SAYANSI WAKATI UISLAMU UNAPINGANA?

📌 Tofauti Kuu Kati ya Uislamu na Ukristo kuhusu Sayansi ya Ulimwengu:

Kigezo	**Ukristo**	**Uislamu**
Mzunguko wa Dunia	Haipingani na heliosentrizimu.	Qur'an inafundisha kuwa Jua huzunguka Dunia.
Asili ya Sayari	Mungu aliumba dunia na kuiweka kwenye nafasi tupu (Ayubu 26:7).	Qur'an haielezi jinsi dunia inavyoshikiliwa katika nafasi.

Kigezo	Ukristo	Uislamu
Mtazamo wa Kisayansi	Biblia haipingani na ukweli wa kisayansi.	Qur'an ina mafundisho yanayopingana na sayansi.

Kwa nini Ukristo unapatana na sayansi?

☑ Ukristo haujifungi na tafsiri potofu za maandiko yake.

☑ Ukristo unakubali maendeleo ya kisayansi bila kuyaona kama tishio kwa imani yake.

☑ Biblia inatoa maelezo yanayoweza kueleweka kwa mtazamo wa kisayansi.

Kwa nini Uislamu unapingana na sayansi?

- Kwa sababu Qur'an haijabadilika na bado inashikilia mtazamo wa geosentrizimu.
- Kwa sababu Uislamu unakataa maendeleo ya kisayansi yanayopingana na Qur'an.
- Kwa sababu wanazuoni wa Kiislamu wanahofia kupoteza mamlaka ikiwa watakubali heliosentrizimu.

☑ Hitimisho: Ukristo unapatana na sayansi kwa sababu hauna mafundisho ya kisayansi yanayopingana na ukweli, huku Uislamu ukiendelea kushikilia makosa ya kisayansi.

---

4. KWA NINI GEOSENTRIZIMU YA KIISLAMU INAPASWA KUWAFANYA WATU KUFUATILIA HELIOCENTRIZIMU YA KIKRISTO?

Ukweli Ufuatao Unapaswa Kumfanya Mtu Mwerevu Kuchagua Ukristo:

☑ 1. Ukristo haupingani na sayansi.

☑ 2. Ukristo hauhitaji kukataa ukweli wa heliosentrizimu.

✅ 3. Biblia haifundishi geosentrizimu, tofauti na Qur'an.

✅ 4. Qur'an imejaa makosa ya kisayansi, huku Biblia ikiakisi ukweli wa kisayansi kwa njia fulani.

✅ 5. Uislamu unahitaji mtu kuamini mawazo ya kale yaliyothibitishwa kuwa si sahihi, huku Ukristo ukimruhusu mtu kuamini sayansi bila kupoteza imani yake kwa Mungu.

📌 Tatizo la Uislamu:

- Ikiwa Qur'an ni neno la Mungu wa kweli, kwa nini haikufundisha heliosentrizimu?
- Kwa nini wanazuoni wa Kiislamu wa zamani na wa sasa wanapinga ukweli wa kisayansi?

✅ Hitimisho: Geosentrizimu ya Kiislamu ni sababu nzuri ya kumfanya mtu kutafuta imani inayopatana na ukweli wa kisayansi—na hiyo ni Ukristo.

---

5. HITIMISHO KUU

Baada ya kuchunguza tofauti kati ya geosentrizimu ya Kiislamu na heliosentrizimu ya Kikristo, tunaweza kusema kuwa:

✅ Uislamu umeshindwa kuendana na ukweli wa kisayansi.
✅ Ukristo haupingani na heliosentrizimu.
✅ Ikiwa mtu anataka kufuata ukweli wa Mungu aliyeumba ulimwengu, anapaswa kufuata Ukristo, si Uislamu.

🚀 Kwa hivyo, ikiwa unatafuta ukweli wa kisayansi na wa kiimani, jibu liko wazi: Fuata Ukristo na heliosentrizimu! 🚀

www.ingramcontent.com/pod-product-compliance
Lightning Source LLC
LaVergne TN
LVHW010927051026
849532LV00003B/876
* 9 7 9 8 3 4 8 5 4 1 8 9 7 *